AF759046

കെ.പി.സുബ്രഹ്മണ്യൻ

1976 ൽ തൃശ്ശൂർ ജില്ലയിലെ തൃക്കൂരിൽ പരമേശ്വരൻ -രാജലക്ഷ്മി ദമ്പതികളുടെ മകനായി ജനിച്ചു. തൃക്കൂർ G.L.P.S, സർവ്വോദയ ഹൈസ്കൂൾ എന്നിവിടങ്ങളിൽ പ്രാഥമികപഠനം. കാലിക്കറ്റ് യൂണിവേഴ്സിറ്റിയിൽനിന്ന് ബിരുദവും സിക്കിം മണിപ്പാൽ യൂണിവേഴ്സിറ്റിയിൽനിന്ന് ബിരുദാനന്തരബിരുദവും നേടി. എൽ.ഐ.സി ഓഫ് ഇന്ത്യയിൽ ജോലി. അവിടുത്തെ സംഘടനയിലും (AIIEA) അന്താരാഷ്ട്രസംഘടനയായ ഹാർട്ട് ഫുൾനെസ്സ് ഇൻസ്റ്റിറ്റ്യൂട്ടിലും (www.heartfulness.org) പ്രവർത്തിക്കുന്നു. മെഡിറ്റേഷൻ ട്രെയിനറാണ്.

'സ്വരാജ് റൗണ്ടിലെ പയ്യനും വിസിലും' ആദ്യകൃതി.

ഭാര്യ : സീമ.

മക്കൾ : ചന്ദ്രൻ, ശ്രീദേവി

e-mail : kpsubran@gmail.com

Mob : 9495884432

Malayalam Language
Swaraj Roundile
Payyanum Visilum
(Stories)
by
K. P. Subrahmanian

♦

Published in December 2021
by Kairali Books Private Limited
Thalikkavu Road, Kannur.
Ph : 0497-2761200
E-Mail : Kairalibooksknr@gmail.com

♦

Cover Design :
Prasanth Mangad

♦

Printed at
Printing Park, Tly.

Price ₹ : 140.00
83/21-22/Sl.No.1274/500/NS 18.6
ISBN 978-93-49727-18-2

സ്വരാജ് റൗണ്ടിലെ പയ്യനും വിസിലും

കെ.പി.സുബ്രഹ്മണ്യൻ

കൈരളി ബുക്സ്

ഉള്ളടക്കം

ആമുഖം

ജീവിതം ഒരു യാത്രയാണ് എന്ന പ്രസിദ്ധമായ വാചകം പലരും പല സന്ദർഭങ്ങളിൽ ഉപയോഗിക്കുന്നതാണ്. എന്നാൽ ഈ യാത്ര യുഗാന്തരങ്ങൾക്ക് മുമ്പേ തുടങ്ങിയതാണെന്ന് ദാർശനികർ പറയുമ്പോഴും മനുഷ്യന് എളുപ്പത്തിൽ മനസ്സിലാക്കാനും വിശ്വസിക്കാനും കഴിയുന്നത് വർത്തമാനകാലജീവിതത്തെക്കുറിച്ചാണ്. ഓർമ്മകളും നൊമ്പരങ്ങളും വിരഹങ്ങളും സന്തോഷങ്ങളും നിറഞ്ഞ പലതരത്തിലുള്ള ജീവിതസാഹചര്യത്തെയാണ് മനുഷ്യൻ നേരിടുന്നത്. ഇത്തരത്തിൽ നേരിട്ട സന്ദർഭങ്ങളെ സൂക്ഷ്മവിചാരം ചെയ്ത് അക്ഷരങ്ങളാക്കി കുറിച്ചുവെച്ചതിൽനിന്നുമാണ് എന്റെ ഈ ആദ്യകൃതിയുടെ ജനനം.

വായനയെക്കുറിച്ച് പലരും ആശങ്കകൾ പങ്കിടാറുണ്ടെങ്കിലും വായന ഒരിക്കലും അവസാനിക്കാത്ത ഒരു യാഥാർത്ഥ്യമാണ്. കാലഘട്ടങ്ങളുടെ മാറ്റമെന്ന നിലയിൽ സോഷ്യൽ മീഡിയകളിലേക്ക് വായന പറിച്ചുനടപ്പെട്ടിരിക്കുന്നുവെങ്കിലും തീർച്ചയായും പുസ്തകങ്ങളിലേക്കുതന്നെ തിരിച്ചുവരുമെന്ന പ്രതീക്ഷയുണ്ട്.

ഇതിലെ കഥകളെല്ലാംതന്നെ ലളിതമായ ഭാഷയിൽ പരമാവധി ചുരുക്കി പറഞ്ഞിരിക്കുകയാണ്. അതിനാൽ ആർക്കും വാക്കുകളുടെ അർത്ഥം തേടി അലയേണ്ടിവരില്ലെന്നുറപ്പുണ്ട്. ഏവർക്കും ഹൃദ്യമായ വായനാനുഭവം ലഭിക്കട്ടെയെന്ന് ആശിക്കുന്നു.

ഇതിന്റെ പ്രസിദ്ധീകരണത്തിന് മാർഗ്ഗനിർദ്ദേശവും പ്രോത്സാഹനവും തന്ന് പ്രേരിപ്പിച്ചത് സഹപ്രവർത്തകനും സാഹിത്യകാരനുമായ ശ്രീപ്രകാശ് ഒറ്റപ്പാലമാണ്. അതുപോലെതന്നെ സുഹൃത്തും സാഹിത്യകാരനുമായ എസ്.എൻ.പുരം വാമദേവൻ അവർകളും ഒരു പങ്കുവഹിച്ചിട്ടുണ്ട്. പ്രൂഫ് റീഡിംഗ് ചെയ്തുതന്ന

ടി.സി.വിനോദ്, മറ്റ് സുഹൃത്തുക്കൾ, കുടുംബാംഗങ്ങൾ, പ്രസിദ്ധീകരണത്തിന് മുൻകൈയെടുത്ത കൈരളിബുക്സ് കണ്ണൂർ എന്നിവരോടെല്ലാമുള്ള സ്നേഹവും നന്ദിയും കടപ്പാടും ഇവിടെ കുറിക്കുന്നു.

കെ.പി.സുബ്രഹ്മണ്യൻ

സമർപ്പണം

അച്ഛനും
അദ്ധ്യാപകർക്കും
ഹാർട്ട് ഫുൾനെസ്സ് ഇൻസ്റ്റിറ്റ്യൂട്ടിലെ മാസ്റ്റർ ട്രെയിനേഴ്സിനും
സരോജ് ചൗധരിക്കും (AIIEA മുൻ ജനറൽ സെക്രട്ടറി)

മോഹഭംഗം

എവിടെയോ എന്തോ പോരായ്മയുണ്ട്!

നിഷ്ക്കളങ്കവും സുന്ദരവുമാണെന്ന് ഞാൻ മാത്രം വിശ്വസിക്കുന്ന എന്റെ മുഖത്തെ സൂക്ഷ്മപരിശോധനയ്ക്കായി കണ്ണാടിയുടെ മുമ്പിൽ നിലയുറപ്പിച്ചു.

'പിടികിട്ടിപ്പോയ്!'

ഉള്ളംകൈയിൽ കുറച്ച് പൗഡറെടുത്ത് മുഖത്ത് വിതറി.

'ഹാവൂ, നല്ല വെളുവെളുപ്പുണ്ട്. സമാധാനമായി.'

അടുത്തത് മുടിചീകൽയജ്ഞം. 'നാശം. എത്ര ചീകിയാലും ഈ മുടി ഇങ്ങനെയേ കിടക്കൂ'

മനോവിഷമം കൊണ്ട് മനസ്സിൽ പറഞ്ഞു.

'എങ്ങോട്ടാണാവോ സുന്ദരനായിട്ട്?'

പരിഹാസച്ചുവയുള്ള ചോദ്യം അമ്മയുടേതായിരുന്നു.

'ഏയ്, ഒരു സിനിമയ്ക്ക്.'

വളരെ ലളിതമായി ഉത്തരം നൽകി.

നമ്മുടെ നാട്ടിലെ ഒരു വാർത്താവിനിമയ ശൃംഖലക്കും കഴിയാത്തത്ര വേഗതയിൽ അമ്മ ഇക്കാര്യം അച്ഛനെ അറിയിച്ചു. അച്ഛനറിയാതെയുള്ള ഒരു യാത്ര സാധ്യമല്ല എന്ന അവസ്ഥയായി. എന്റെ യാത്ര മുടക്കുക എന്ന ലക്ഷ്യത്തോടെ വളരെ സജീവമായി പ്രവർത്തിക്കുന്ന അമ്മ വീട്ടിലെ മറ്റംഗങ്ങളെയെല്ലാം സന്തോഷപൂർവ്വം അറിയിച്ചു.

ഉമ്മറത്തെ ചാരുകസേരയിൽ രാജകീയപ്രൗഢിയിൽ മുറുക്കി ചുവപ്പിച്ചിരിക്കുന്ന അച്ഛനും, ഞാൻ ഇളിഭ്യനാകുന്നതു കാണുവാൻ തടിച്ചുകൂടിയ കുടുംബാംഗങ്ങളും.

ഇതാണ് രംഗം.

ലവലേശം ഭയമില്ലാതെ അച്ഛനുമുന്നിൽ പുഞ്ചിരി തൂകി നിന്നു.

അച്ഛന്റെ കനത്ത നോട്ടം വകവെക്കാതെ കഴിഞ്ഞുപോയ ദിനങ്ങളിൽ വീടിനുവേണ്ടി ചെയ്ത സേവനങ്ങളുടെ കാര്യവും അതിനു ലഭിക്കേണ്ടതായ വേതനത്തെയും കുറിച്ച് സവിനയം ഓർമ്മിപ്പിച്ചു. അച്ഛന്റെ മനസ്സ് അലിഞ്ഞുവോ? എന്തോ അറിയില്ല. ധനസഹായവും അനുവാദവും ക്ഷണത്തിൽ പാസായി. ഞാൻ ചെറു പുഞ്ചിരിയോടെ കുടുംബാംഗങ്ങളുടെ നേരെ തിരിഞ്ഞു. എന്താണാവോ, അവരുടെ മുഖം ചുവന്ന് വീർത്തിരിക്കുന്നു.

ഒരു വേനൽക്കാലത്തെ നട്ടുച്ചയായിരുന്നു.

ചൂടിനെക്കുറിച്ച് എന്തെങ്കിലും പറയുമ്പോഴേക്കും ആകെ ചൂടാകുന്ന അവസ്ഥ. ഒരു സിനിമാമോഹം സഫലമാകണമെങ്കിൽ പട്ടണം തന്നെ ശരണം. ഞങ്ങളുടേത് ഒരു ഗ്രാമമാണ്. ഇവിടുന്ന് പട്ടണത്തിലേക്ക് കുറച്ച് ദൂരമുണ്ട്. ബസ്സ്റ്റോപ്പിൽ അധികനേരം നിൽക്കേണ്ടി വന്നില്ല.

ബസ്സ് വന്നു. നല്ല തിരക്ക്.

ചവിട്ടുപടിയിൽ ഒരു സർക്കസുകാരനെന്ന ഭാവത്തോടെ നിന്നുകൊണ്ട് യാത്ര തുടങ്ങി. സത്യത്തിൽ ഇപ്പോഴാണ് ഞാൻ ശരിയായ യാത്രക്കാരനായത്. കാരണം ബസ്സിനുള്ളിലെ കുറിപ്പ് പ്രകാരം എന്റെ കൈയുംതലയും മാത്രമേ ബസ്സിനകത്തുണ്ടായിരുന്നുള്ളു. ബാക്കി ഭാഗങ്ങളെല്ലാം ബസ്സിനു പുറത്തായിരുന്നു.

ഭീമൻഗർത്തങ്ങളിലൂടെ പൊങ്ങിയും താണും ഒടുവിൽ വണ്ടി പട്ടണത്തിലെത്തി.

പാഴ്‌വസ്തുക്കളുടെ ദുർഗന്ധം, യാചന ഒരു കലയായി മാറ്റിയ ഭിക്ഷാടകർ, പ്രകടനക്കാർ, നാനാവർണ്ണത്തിലുള്ള കൊടിക്കൂറകൾ, ചീറിപായുന്ന അത്യാഹിതവാഹനങ്ങൾ, മദ്യഷാപ്പുകൾ, ആശുപത്രികൾ, വഴിയോരക്കച്ചവടക്കാർ, പൂവാലന്മാർ എല്ലാറ്റിനും പുറമേ നിരന്തരമായി കേൾക്കുന്ന ശബ്ദകോലാഹലങ്ങൾ അങ്ങനെ സാംസ്കാരികചൈതന്യം നിറഞ്ഞുതുളുമ്പി നിൽ ക്കുന്ന നഗരത്തിലെ ഒരു സിനിമാശാലക്കുള്ളിലേക്ക്

കടന്നു.

'ഹോ എന്തൊരു തിക്കും തിരക്കും. ഈ മനുഷ്യർക്ക് വേറെ പണിയൊന്നുമില്ലേ. അതോ, ഈ സിനിമയുടെ നായകൻ വിളിച്ച് ചീത്ത പറയുമെന്ന് വിചാരിച്ചിട്ടോ എല്ലാവരും കൂടി ഇങ്ങനെ സിനിമയ്ക്ക് വന്നിരിക്കുന്നു.'

ഓ! ഈ ചിന്തിക്കുന്ന ഞാനും ആ കൂട്ടത്തിൽ പെട്ടയാളാണല്ലോ എന്ന ബോധമുണർന്നത്. എന്തായാലും ബഹളത്തിന് ഞാൻ ഇല്ല എന്ന മട്ടിൽ നാട്ടിൽനിന്നുള്ള സുഹൃത്തുക്കൾ ആരെങ്കിലുമുണ്ടോ എന്നന്വേഷിച്ച് നടക്കുമ്പോഴാണ് പുറത്ത് അടി വീണത്.

ഒന്നു തിരിഞ്ഞുനോക്കിയപ്പോൾ പോലിസുകാരൻ!

എന്തിനാണാവോ തനിക്കിട്ട് ഇങ്ങനൊരു ചെയ്ത്ത്.

എനിക്കു മാത്രമല്ല, എല്ലാവർക്കും പുള്ളി കൊടുക്കുന്നുണ്ട്. അവിടെ നടക്കുന്ന കാര്യങ്ങൾ ഒന്നും മനസ്സിലാകുന്നില്ല. എന്നിരുന്നാലും അടികൊണ്ട ഭാഗം ചുട്ടുനീറുന്നുണ്ട്. അതു നന്നായി മനസ്സിലാകുന്നുണ്ട്.

എന്തായാലും ഇതെല്ലാം വീക്ഷിച്ചുകളയാം എന്നു കരുതി ഒരു മൂലയിലേക്ക് ഒതുങ്ങിനിന്നു.

വിവിധ നിരക്കിലുള്ള ടിക്കറ്റുകളുടെ വരികൾ അവസാനിച്ചുവരുന്നു. എന്റെ അടുക്കൽ നിരാശരായി മടങ്ങുന്നവരുടെ എണ്ണവും വർദ്ധിച്ചുവരുന്നു.

പെട്ടെന്ന് ഒരു വണ്ടി ഞങ്ങളുടെ അരികിൽ നിർത്തി, ഒരു ചെറുപ്പക്കാരൻ അതിൽനിന്നും ഇറങ്ങി ഓഫീസിലേക്ക് വേഗത്തിൽ നടന്നു. ഇതുകണ്ട് എന്റെ അടുക്കൽ നിന്ന ഒരാൾ 'വേഗം ചെല്ലൂ സുഹൃത്തേ, നിങ്ങൾക്കായി ടിക്കറ്റ് മാറ്റിവെച്ചിരിക്കുകയാണ്' എന്ന് പരിഹസിച്ചു. കുറച്ചുസമയത്തിനുശേഷം ആ ചെറുപ്പക്കാരൻ ഒരു ടിക്കറ്റ് അയാൾക്കുനേരെ കാണിച്ച് അകത്തേക്കു പോയി.

ഞാൻ നോക്കുമ്പോൾ പരിഹസിച്ച സുഹൃത്തിന്റെ മുഖം ഏതാണ്ട് ഓടയിൽ കാൽ തെന്നിവീണ വ്യക്തിയുടെ മുഖം പോലെ വിളറിയിരുന്നു.

ജീവനക്കാർ ഞങ്ങളെ പുറത്താക്കാനുള്ള ശ്രമങ്ങൾ തുടങ്ങി.

ആഗ്രഹങ്ങൾ സഫലമാകാതെ മനസ്സിലിട്ടുവച്ചാൽ അത് മനസ്സിന് കൂടുതൽ സന്തോഷം പകരുമെന്ന' വ്യർത്ഥവാക്യം നുണഞ്ഞ് ഞാൻ വിഷണ്ണനായി നാട്ടിലേക്ക് തിരിച്ചു.

പ്രസംഗമത്സരം തുടരുന്നു

സമയം അർദ്ധരാത്രി കഴിഞ്ഞിരിക്കുന്നു.

മണിക്കൂറുകളോളം ഒരാശയം കണ്ടെത്താനായി തല പുക ച്ചുകൊണ്ടിരുന്നു. നല്ല മഞ്ഞുണ്ട്. ഇളംകാറ്റും. കത്തുന്ന ബൾ ബിനുചുറ്റും ഈയാംപാറ്റകൾ പാറിപറക്കുന്നു. ചിലത് തലയി ലേക്ക് വീണ് അസ്വസ്ഥതയുണ്ടാക്കുന്നു. കൊതുകുകൾ വട്ടമി ട്ട് പറന്ന് കാലിലും കൈയിലും കുത്തുന്നുണ്ട്. എന്തെങ്കിലും ഒരു വിഷയം കിട്ടിയാൽ അതിനെ വിപുലീകരിച്ച് ഒരു കഥാരൂ പത്തിലാക്കാമായിരുന്നു. രക്ഷയില്ലെന്നാണ് തോന്നുന്നത്.

ഒരിക്കലും നാം ഉദ്ദേശിച്ച മട്ടിലൊന്നുമല്ലല്ലോ കാര്യങ്ങൾ നട ക്കുന്നത്. എത്രയൊക്കെ നമ്മുടെ ലക്ഷ്യങ്ങളും ഉദ്ദേശങ്ങളും പിഴച്ചാലും നാം വീണ്ടും പ്രതീക്ഷകളുമായി തന്നെ മുൻപോ ട്ടു പോകും. ഇത് ഒരു പ്രത്യേകതരം പ്രതിഭാസം തന്നെയാണ്. ചിന്തകൾ പെട്ടെന്ന് കുട്ടിക്കാലത്തേക്ക് തിരിഞ്ഞു.

ഒരുപക്ഷേ, ആശയം ഇതിൽനിന്നുമാണോ ഉത്ഭവിക്കാൻ പോകുന്നതെന്നറിയില്ല. ചിന്തകളിൽ തെളിഞ്ഞ ഒരു ചിത്രരൂ പം എന്തെന്നാൽ ഞാൻ പഠിച്ച വിദ്യാലയത്തിലെ പത്താംക്ലാ സു മുറികളുടെ മുന്നിൽ വീതിയേറിയ ഒരു വരാന്തയുണ്ട്. അതി ലൂടെ ഭയത്തിന്റേയും ഭീതിയുടെയും മുഖഭാവവുമായി എന്ത് ചെയ്യണം എന്നറിയാതെ നടക്കുമ്പോൾ ഞങ്ങളുടെ ഒരു അധ്യാ പകൻ മെല്ലെ പിന്നിലൂടെ വന്ന് തോളിൽ തട്ടി.

'എന്താടോ ആകെ വല്ലാണ്ട് നടക്കണേ. സുഖമില്ലേ?' എന്ന ചോദ്യമുയർത്തി.

ഉള്ളിലെ ഭയവും ഭീതിയും ഒളിപ്പിച്ചുവച്ച് ചെറുപുഞ്ചിരിയോ ടെ 'മാഷേ, പ്രസംഗത്തിന് പേര് കൊടുത്തിട്ടുണ്ട്. സ്റ്റേജിൽ എന്തു

പറയണം എന്ന് ആലോചിച്ച് നടന്നതാണെന്ന് പറഞ്ഞു.

എന്റെ അവസ്ഥ വ്യക്തമായി മനസ്സിലാക്കിയ അധ്യാപകൻ 'പേടിക്കാനൊന്നുമില്ല. എല്ലാം നമുക്ക് അറിയാവുന്ന നമ്മുടെ സ്കൂളിലെ കുട്ടികളല്ലേ. പിന്നെന്താ പ്രശ്നം?' എന്നും പറഞ്ഞ് അദ്ദേഹം നടന്നുനീങ്ങി.

അദ്ദേഹം വളരെ ലാഘവത്തോടെ പറഞ്ഞുവെങ്കിലും എന്റെ സഹപാഠികളുടെ പരിഹാസം താങ്ങാനുള്ള കരുത്ത് എനിക്ക് ഇല്ലായിരുന്നു. വരാന്തയിലൂടെ നടന്നുനീങ്ങി ഗ്രൗണ്ടിലേക്ക് ഇറങ്ങി. സാധാരണ ഫുട്ബോളിനും ക്രിക്കറ്റിനുംവേണ്ടിയാണ് ഗ്രൗണ്ടിൽ ഇറങ്ങാറ്. ഇന്ന് യുവജനോത്സവത്തിന്റെ ഭാഗമായി കലാ-സാഹിത്യ അന്തരീക്ഷമാണ് വിദ്യാലയത്തിൽ നിറഞ്ഞുനിൽക്കുന്നത്. പ്രസംഗമത്സരത്തിൽ പങ്കെടുക്കുന്ന വിദ്യാർത്ഥിയെന്ന നിലയിൽ ഗ്രൗണ്ടിലൂടെ നടക്കുമ്പോൾ തന്നിരിക്കുന്ന വിഷയത്തിലായിരുന്നു എന്റെ ചിന്തകളും നിറഞ്ഞുനിന്നത്.

കലാപരിപാടികൾക്കുള്ള വേദിയും ഗ്രൗണ്ടിനടുത്താണ്. ഉച്ചഭാഷിണിയിൽ ചിരപരിചിതമായ അധ്യാപകന്റെ ശബ്ദം കേട്ടു.

'പ്രസംഗമത്സരം തുടരുന്നു. അടുത്തത് നമ്പർ ഒൻപത്.'

മനസ്സിൽ അസ്വസ്ഥതയും ഭയവും ക്രമാതീതമായി വർദ്ധിച്ചു.

ഞാൻ വേഗത്തിൽ ഗ്രൗണ്ടിൽനിന്നും ഓടി സ്റ്റേജിന്റെ പിറകിലെത്തി.

എന്റെ നമ്പർ പത്താണ്.

നല്ല കിതപ്പുണ്ടായിരുന്നു.

അവിടെ കണ്ട ബെഞ്ചിൽ ഇരുന്നു. ഒമ്പതാം നമ്പറുകാരൻ പ്രസംഗം പൊടിപൊടിക്കുന്നുണ്ടായിരുന്നു. എനിക്ക് തന്നിരിക്കുന്ന വിഷയത്തിൽ ഇനി എന്തെങ്കിലും കൂടുതലായി ചിന്തിക്കാനോ കൂട്ടിച്ചേർക്കാനോ സാധ്യമല്ലാത്ത അവസ്ഥയാണ്.

സദസ്സിൽ ശക്തമായ കരഘോഷം.

ഒമ്പതാംനമ്പറുകാരന്റെ ഊഴം കഴിഞ്ഞ് സന്തോഷത്തോടെ സ്റ്റേജിന് പിന്നിലെത്തി.

'വളരെ നന്നായിട്ടുണ്ട്.' ഒരു ആശംസയും പറഞ്ഞു.

ഞങ്ങളുടെ അധ്യാപകന്റെ ശബ്ദം, 'അടുത്തത് നമ്പർ പത്ത്.'

ഞാൻ സ്റ്റേജിന് നടുവിൽ പോയി നിന്നു.

തൊണ്ടയിൽ എന്തോ തടഞ്ഞിട്ടുണ്ടെന്ന തോന്നൽ. കൈകാൽ വിറയൽ. ഇതിനിടയിൽ സഹപാഠി കർട്ടൻ ഉയർത്തി.

സഭയ്ക്ക് വന്ദനം എന്നു പറഞ്ഞ് സ്വതന്ത്രഭാരതം നേരിടുന്ന വെല്ലുവിളികൾ എന്ന വിഷയത്തെ അധികരിച്ച് പ്രസംഗം ആരംഭിച്ചു.

പറയുവാൻ ഉദ്ദേശിച്ചിരുന്ന ആശയങ്ങൾ കൃത്യമായി ഒഴുക്കോടെ വന്നുകൊണ്ടിരുന്നു. അതോടെ എന്റെ വിറയലിനും ഭയത്തിനും അയവു വന്നു. ഉത്സാഹവും സന്തോഷവും കൂടി കൂടിവരികയും അത് വലിയ പ്രശ്നങ്ങളും പരിക്കുകളുമില്ലാതെ സാമാന്യം നല്ല രീതിയിൽ പ്രസംഗം അവസാനിപ്പിച്ച് ദീർഘനിശ്വാസവുമായി പുറത്തിറങ്ങി. വരാന്തയിലൂടെ നടന്നപ്പോൾ മുമ്പ് കണ്ടുമുട്ടിയ അധ്യാപകൻ ആദ്യംതന്നെ വന്ന് അഭിനന്ദിച്ചു.

കുട്ടിക്കാലത്തെ കാര്യങ്ങളെക്കുറിച്ച് ഓർത്തപ്പോൾ എത്രപെട്ടെന്നാണ് യഥാർത്ഥമായ ആശയം മനസ്സിൽ ഉദിച്ചതെന്ന് നോക്കൂ.

ഇതാണ് ബാല്യത്തിന്റെ പ്രത്യേകത. ഇത്തരത്തിൽ എന്തെങ്കിലും കാര്യങ്ങളെക്കുറിച്ച് ഓർത്താൽ നമുക്ക് എന്തെങ്കിലും എഴുതുവാനുള്ളത് കിട്ടും എന്ന പുതിയ അറിവോടെ വിളക്കുകൾ അണച്ച് അധികം ചിന്തിക്കാതെ കിടക്കയിലേക്ക് ചാഞ്ഞു.

സ്വരാജ് റൗണ്ടിലെ പയ്യനും വിസിലും

നല്ല ചാറ്റൽമഴ. സമയം ഏതാണ്ട് വൈകുന്നേരം അഞ്ചുമണിയായിക്കാണും. ഉറക്കത്തിന്റെ ആലസ്യത്തിൽനിന്നും ഉണർന്ന് തൃശ്ശൂർജില്ലാ ആശുപത്രി സ്റ്റോപ്പിൽ വണ്ടിയിറങ്ങി.

പാലക്കാടുനിന്നും ബസ്സിൽ കയറിപ്പോൾ അവിടെ നല്ല വെയിലായിരുന്നു. തൃശ്ശൂരിൽ വന്നപ്പോഴേക്കും കാലാവസ്ഥ മാറി. ഇപ്പോൾ അങ്ങനെ മഴയൊന്നും പെയ്യാറില്ല. അതിനാൽതന്നെ കുട എടുത്തില്ല. എന്തായാലും നാട്ടിലേക്കുള്ള ബസ്സിനായി കുറച്ചുകൂടി നടക്കണം. ഫുട്പാത്തിലൂടെ മഴയുംകൊണ്ട് നടത്തം തുടങ്ങി. കടകളുടെ അരിക് ചേർന്ന് നടന്നതിനാൽ അധികം മഴ കൊണ്ടില്ല. വീണ്ടും മഴ ശക്തമായി. മഴ പെയ്യട്ടെ, പെയ്തൊഴിയട്ടെ എന്നു കരുതി ഒരു കടയുടെ മുമ്പിൽ നിലയുറപ്പിച്ചു. പലയാത്രികരും പല ലക്ഷ്യങ്ങളുമായി വീടുവിട്ടിറങ്ങിയ കുറെ ആളുകൾ എന്റെ അടുത്ത് നിൽപ്പുണ്ടായിരുന്നു. അവരും എന്നെപോലെതന്നെ മഴ കുറയുന്നത് നോക്കിനിൽപ്പാണ്. ഞങ്ങൾക്ക് മുമ്പിൽ വീതിയേറിയ സ്വരാജ് റൗണ്ടാണ്. ധാരാളം വണ്ടികൾ അതിലൂടെ പോകുന്നുണ്ട്.

ഞങ്ങളുടെ കൂട്ടത്തിൽ പ്ലാസ്റ്റിക് കവറുകളും പേപ്പറുകളും ശേഖരിച്ച് ഭാരമില്ലെങ്കിലും വലിപ്പമുള്ള ഒരു ചാക്കുമായി ഒരു പയ്യനും ഉണ്ടായിരുന്നു.

മുഷിഞ്ഞുകീറിയ ഷർട്ടും ട്രൗസറുമിട്ട അദ്ധ്വാനിയായ ഒരു പയ്യൻ. പാഠപുസ്തകങ്ങളും ചോക്ലേറ്റുകളുമാണ് ഈ പ്രായത്തിൽ അവനിൽ ഉണ്ടാകേണ്ടത്.

എന്നാൽ വിധിയോ, ജന്മാന്തരകർമ്മഫലമോ കാരണം എല്ലാം മാറിപ്പോയി.

അവന്റേയും പ്രശ്നം മഴതന്നെ.

അവന് നേരമ്പോക്കിനായി ഒരു കളിപ്പാട്ടം കൈയിലുണ്ട്. വിസിൽ! അത് ഞങ്ങൾക്കിടയിൽനിന്നുകൊണ്ട് കൂസലില്ലാതെ അവൻ അടിക്കുന്നുണ്ട്.

പെട്ടെന്നാണ് അവന്റെ വിസിൽ സ്വരാജ് റൗണ്ടിനു നടുവിൽ കിടക്കുന്നത് കണ്ടത്. വിസിലിന്റെ ശബ്ദം കേട്ട് ശല്യം തോന്നിയ ആരോ അവന്റെ കൈയിൽനിന്നും അതു പിടിച്ചുവാങ്ങി എറിഞ്ഞതാണ്. വണ്ടികൾ ധാരാളം പാഞ്ഞുപോകുന്നുണ്ടെങ്കിലും ഒന്നും അതിന്റെ മുകളിലൂടെ കയറുന്നില്ല. കുറേനേരം ഞങ്ങൾ എല്ലാവരും അതിൽത്തന്നെ ശ്രദ്ധയുറപ്പിച്ചു.

അവനും അതുകണ്ട് ചിരിക്കുന്നുണ്ടെങ്കിലും ഉള്ളിൽ ദുഃഖിക്കുന്നതായി തോന്നി. കാരണം അവന്റെ ആകെയുള്ള ഒരു വിനോദോപാധിയാണ്. അവന്റെ പ്രായത്തിലുള്ള ആധുനിക 'അമൂൽബേബികൾ' കളിപ്പാട്ടങ്ങളുടെയും വാത്സല്യങ്ങളുടെയും വീർപ്പുമുട്ടലുകളിൽപ്പെട്ട് ജീവിക്കുമ്പോൾ അവന് കിട്ടിയ ആ കൊച്ചുകളിപ്പാട്ടവും നഷ്ടമായിരിക്കുകയാണ്. വണ്ടികൾ കയറാതായപ്പോൾ അവനെപോലെ ഞങ്ങൾക്കും അത് നശിക്കാതെതന്നെ തിരിച്ചുകിട്ടും എന്നു തോന്നി. ഇതിനിടയിൽ അവൻ ചാക്കുകെട്ടുമായി അതെടുക്കുവാൻ ശ്രമിച്ചു. എന്നാൽ വണ്ടികൾ ധാരാളം വന്നുകൊണ്ടിരുന്നതിനാൽ സാധിച്ചില്ല.

ഇവിടെ കണ്ടത് അവന്റെ ഉത്തരവാദിത്തബോധം കൂടിയാണ്. ഞങ്ങളുടെ അടുത്ത് ആ ചാക്കുകെട്ട് വച്ച് പോകുവാൻ അവന് ധൈര്യം പോരാ, വിസിൽ എടുത്ത് എറിഞ്ഞതിനാൽ വിശ്വാസം നഷ്ടപ്പെട്ടുവോ? അതോ അവന്റെ അദ്ധ്വാനത്തിന്റെ ഫലമായതിനാലാണോ. എന്തായാലും ആ ചാക്കുകെട്ട് പുറത്തു കയറ്റിയാണ് അവൻ റോഡിലേക്ക് നടക്കുന്നത്. ഇതിനിടയിൽ അവന്റെയും ഞങ്ങളുടെയും പ്രതീക്ഷയെ തകർത്തുകൊണ്ട് ഒരു കാറിന്റെ ചക്രം വിസിലിന്റെ മുകളിലൂടെ കയറിയിറങ്ങി. ഈ സമയം അവൻ അതിന്റെ അടുത്തെത്തിയിരുന്നു. അവന്റെ കളിപ്പാട്ടത്തിനോടുള്ള താല്പര്യം അവിടെ വ്യക്തമായി കാണാൻ കഴിഞ്ഞു.

ഒരുപക്ഷെ, കുറെനാളായിട്ടുണ്ടാകും ആ വിസിൽ അവൻ

വിളിച്ചുനടന്നുതുടങ്ങിയിട്ട്. അതാണ് അവൻ വീണ്ടും അതെടുത്തു വിളിച്ചുനോക്കിയത്.

പക്ഷെ അതിന് ശബ്ദമുണ്ടായിരുന്നില്ല.

അവൻ ഇതിനിടയിൽ മെല്ലെ റോഡ് മുറിച്ചുകടന്ന് അപ്പുറത്തെത്തിയിരുന്നു. അവിടെനിന്നുകൊണ്ട് പരമാവധി വിസിൽ വിളിച്ചുനോക്കി. ഒടുവിൽ ഞങ്ങളെ നോക്കി ചിരിച്ചുകൊണ്ട് റോഡിന് നടുവിലേക്ക് തന്നെ ആ വിസിൽ വലിച്ചെറിഞ്ഞ്, കൂസലില്ലാതെ നടന്നുപോയി. പിന്നീടു വന്ന വണ്ടി അതിന്മേൽ കയറി അത് ചിതറി പല കഷണങ്ങളായി മാറി. എല്ലാ പ്രതീക്ഷകളും നഷ്ടപ്പെട്ടപ്പോഴാണ് അവൻ അതു ചെയ്തത്. ഞങ്ങളുടെ ഇടയിലുണ്ടായിരുന്ന ആരോ ആണ് ആദ്യം അത് വലിച്ചെറിഞ്ഞത്. എന്നാൽ പിന്നീടുണ്ടായ കാഴ്ചകൾ അയാൾ കണ്ടു കാണുമോ?

കണ്ടിരുന്നെങ്കിൽ ഈ രംഗം അയാളുടെ മനസ്സിനെ വേദനിപ്പിച്ചിട്ടുണ്ടാവും.

എന്നിരുന്നാലും ആ പയ്യന്റെ ജീവിതം ഒരിക്കലും ആ വിസിൽപോലെ ഛിന്നഭിന്നമായി പോകുകയില്ലയെന്ന് പ്രത്യാശിക്കാം. അവൻ അദ്ധ്വാനിക്കുന്നവനാണ്., ശ്രദ്ധയുള്ളവനാണ്. ഇതുതന്നെയല്ലേ ജീവിതവിജയത്തിനുള്ള മുതൽക്കൂട്ട്. അവന് നന്മകൾ ആശംസിക്കാം.

മഴ പെയ്തൊഴിഞ്ഞു.

ഞങ്ങളെല്ലാവരും ഓരോ വഴിക്ക് നടന്നകന്നു.

സ്വകാര്യആശുപത്രിയിലെ സ്വകാര്യങ്ങൾ

നമ്മുടെ ഒരുദിവസം ആരംഭിക്കുന്നത് ഓരോരോ കാര്യങ്ങൾ ചെയ്തുതീർക്കുക എന്ന ലക്ഷ്യത്തോടെയായിരിക്കും. അതിലെ പലതും നാം ചെയ്തുതീർക്കും. ചിലത് മറവി എന്ന മരുന്നില്ലാത്ത മാറാരോഗത്തിന്റെ പിടിയിൽപ്പെട്ട് മുടങ്ങിപ്പോകും. എന്നാൽ ചിലപ്പോൾ നമ്മുടെ ലക്ഷ്യങ്ങളിൽനിന്നും വിഭിന്നമായി യാദൃച്ഛികമായതും പ്രതീക്ഷിക്കാത്തതുമായ പുതിയ മേഖലയിൽ നാം ചെന്നുചാടും. ഇത്തരത്തിലൊക്കെയാണ് നമ്മുടെ ഓരോ ദിനവും കടന്നുപോകുന്നത്. എന്നാൽ നമ്മുടെ ചിന്തകൾ ഓരോ നിമിഷങ്ങളിലും പ്രകാശത്തേക്കാളും വേഗതയിൽ സഞ്ചരിച്ചുകൊണ്ടിരിക്കുന്നതായി ഒന്നു ശ്രദ്ധിച്ചാൽ നമുക്കു തോന്നാം.

തത്വവും മനഃശാസ്ത്രവും അടങ്ങിയ മുഖവരയിലൂടെ തുടങ്ങിയെങ്കിലും യാഥാർത്ഥ്യം അടങ്ങിയ വിഷയത്തിലേക്ക് ഒന്നു കടന്നുനോക്കാം. പതിവു പ്രഭാതകൃത്യങ്ങൾക്ക് ശേഷം ഗാർഹികവും സാമ്പത്തികവുമായ പലകാര്യങ്ങളും ചെയ്തുതീർക്കുവാനുള്ള തീരുമാനവുമായി വീട്ടിൽനിന്നും ഇറങ്ങി. കൈയിൽ ഒരു കുറിപ്പടിയും കരുതിയിരുന്നു. മറവിയെ നേരിടാനുള്ള ഒരു നല്ല ആയുധമാണത്.

കൈയിലെ കുറിപ്പടി പ്രകാരം ഓരോ കാര്യങ്ങൾ അങ്ങനെ നിർവ്വഹിച്ചുവരികയായിരുന്നു. തൃശ്ശൂർനഗരത്തിലെ ഷൊർണ്ണൂർ റോഡ് എന്നറിയപ്പെടുന്ന തിരക്കുപിടിച്ചതും വീതികുറഞ്ഞതുമായ ആ റോഡിലെത്തിയപ്പോൾ വല്ലാത്ത ഒരു നെഞ്ചുവേദന അനുഭവപ്പെട്ടു.

ശ്വാസം വലിക്കുമ്പോൾ വേദന കൂടുന്നു. ശ്വസിക്കുവാനും കഴിയുന്നില്ല.

ഒന്നുകൂടി ശക്തിയായി ശ്വസിച്ചുനോക്കി.

ഫലമില്ല.

ഉടനെ ഒരു ഓട്ടോയിൽ കയറി ഒരു സ്വകാര്യആശുപത്രി ലക്ഷ്യമാക്കി നീങ്ങി.

ഈ സമയങ്ങളിൽ മനസ്സ് കടിഞ്ഞാണില്ലാത്ത കുതിരയെ പ്പോലെ അടുക്കുംചിട്ടയുമില്ലാതെ പായുന്നുണ്ടായിരുന്നു.

എന്താണ് ഈ വേദനയ്ക്ക് കാരണം?

ഹൃദയാഘാതമോ അതോ അന്ത്യശ്വാസത്തിനുമുന്നോടിയാ യുള്ളതോ?

ഒന്നും മനസ്സിലാകുന്നില്ല. അങ്ങനെ ഓട്ടോ ആശുപത്രിയുടെ മുമ്പിലെത്തി. ഓട്ടോ കൂലി നൽകി വേഗത്തിൽ അത്യാഹിതവി ഭാഗത്തിലേക്ക് ഓടിക്കയറി അവിടെയുള്ള ഡോക്ടറോട് കാര്യം പറഞ്ഞു.

നിമിഷങ്ങൾക്കകം അവർ കർമ്മനിരതരായി.

ദ്രുതഗതിയിൽ എക്സ്റേ, പ്രഷർ, ഇ.സി.ജി, രക്തം, മൂത്രം എന്നീ പരിശോധനകൾ നടത്തി.

പ്രശ്നത്തിന്റെ ഉറവിടം മനസ്സിലാക്കി.

വളരെ ലളിതമായി, 'പ്രശ്നമൊന്നുമില്ല. നെഞ്ചിൽ കഫം കെട്ടിയിട്ടുണ്ട്. അത്രേയുള്ളു. കുറച്ച് മരുന്നുകൾ വഴി ശരി യാക്കാം. പിന്നെ അല്പം വിശ്രമം വേണം' എന്നു ഡോക്ടർ പറഞ്ഞു.

രാവിലെ മുതൽ ഓരോരോ കാര്യങ്ങളുമായി നടന്നിരുന്ന താൻ ഇപ്പോൾ തീർത്തും ഒരു രോഗിയായി മാറി എന്ന് ഉറ പ്പിച്ചു.

യാദൃച്ഛികമായി ആശുപത്രിയിൽ വച്ച് കണ്ടുമുട്ടിയ ഒരു സുഹൃത്തുവഴി കാര്യങ്ങൾ സഹപ്രവർത്തകരെ അറിയിച്ചു. അവരുടെ മൊത്തമായ നിയന്ത്രണത്തിലായിരുന്നു പിന്നീടുള്ള ഓരോ നീക്കങ്ങളും നടന്നത്.

രണ്ടുദിവസത്തെ വിശ്രമത്തിനായി എന്നെ മുറിയിലേക്കു

മാറ്റി.

മുറിയിലെ ഏകാന്തതയ്ക്ക് അറുതി വരുത്തുവാൻ സഹപ്രവർത്തകരും സഹപാഠികളുമെല്ലാം സന്ദർശകരായി എത്തുന്നുണ്ടായിരുന്നു.

ആശുപത്രിമുറി അങ്ങനെ തമാശകളുടെയും രാഷ്ട്രീയചർച്ചകളുടെയും വേദിയായി. വെളുത്ത വസ്ത്രവും ചിരിച്ച മുഖങ്ങളുമായി നേഴ്സുമാർ ഇടക്കിടെ പരിശോധിക്കുകയും കാര്യവിവരങ്ങൾ തിരക്കുകയും ചെയ്തുകൊണ്ടിരുന്നു. അങ്ങനെ ഒടുവിൽ ഡോക്ടർ നിർദ്ദേശിച്ചപ്രകാരം രണ്ടുദിനം കടന്നുപോയി.

ഇനി വീട്ടിൽ എത്തിയുള്ള വിശ്രമം മാത്രം മതി എന്ന് ഡോക്ടർ വിധിച്ചു.

ശ്വാസം കിട്ടാതെ വിഷമിച്ചുനിന്ന അവസ്ഥയിൽ നിന്നും ഇപ്പോൾ നന്നായി ശ്വസിക്കാൻ കഴിയുന്ന തലത്തിലേക്ക് തന്നെ മാറ്റിയിരിക്കുന്നു. അനുഭവത്തിലൂടെ മാത്രമേ യഥാർത്ഥ അറിവുണ്ടാകൂ എന്ന് കേട്ടിട്ടുണ്ട്. അത് തീർത്തും മനസ്സിലായി. ഭക്ഷണവും വെള്ളവും ഇല്ലാതെ കുറേനേരം നമുക്ക് കഴിച്ചുകൂട്ടാം. എന്നാൽ വായുവില്ലാതെ നമ്മുടെ ശരീരത്തിന് ഒരുനിമിഷം പോലും മുൻപോട്ടു പോകുവാൻ സാധ്യമല്ല. അതിനാൽ ആരെയും ബഹുമാനിച്ചില്ലെങ്കിലും വായുവിനെ നാം വളരെയധികം ബഹുമാനിക്കേണ്ടിയിരിക്കുന്നു.

ഞാൻ കിടന്ന 347-ാംനമ്പർ മുറി പുതിയ രോഗിക്കുവേണ്ടി പ്രതീക്ഷയോടെ കാത്തിരിക്കുകയാണ്. പതിവുപോലെ ബില്ലടക്കാനുള്ള നിർദ്ദേശവും കുറച്ചുകൂടി മരുന്നുകൾ വാങ്ങുവാനുള്ള കുറിപ്പടിയും കിട്ടി. സഹപ്രവർത്തകർ മുൻകൂറായി കുറച്ച് പണം അടച്ചിരുന്നതിനാൽ കണക്കുപ്രകാരം തനിക്കായിരുന്നു കുറച്ചുതുക തിരിച്ചു കിട്ടാനുണ്ടായിരുന്നത്. ആ തുക തരുമ്പോൾ അവരുടെ കൈ വിറക്കുന്നതായി തോന്നി.

കാരണം തുകകൾ വാങ്ങിയല്ലേ പരിചയിച്ചിട്ടുള്ളു.

'ഇത് ഒരു പുതിയ അനുഭവമാണല്ലേ?' എന്ന് ഞാൻ ചോദിച്ചപ്പോൾ ഹൃദ്യമായ ഒരു ചിരി മാത്രമായിരുന്നു അവരുടെ മുഖത്ത്.

ആശുപത്രിജീവനക്കാരോടും സഹപ്രവർത്തകരോടും നന്ദി പറഞ്ഞിറങ്ങുമ്പോൾ 'ഇനിയുംകാണാം' എന്നു പറയുവാൻ തോന്നിയെങ്കിലും സ്ഥലം ആശുപത്രിയാണല്ലോ, ബന്ധുവീടല്ലല്ലോ എന്നോർത്ത് പറഞ്ഞില്ല.

ഇനി വിശ്രമം എന്ന ലക്ഷ്യവുമായി വീട്ടിലേക്കു തിരിച്ചു.

ആത്മസുഹൃത്തിന്റെ അമ്മ

വീട്ടിൽനിന്നും രാവിലെ ഇറങ്ങിയതാണ്. നഗരത്തിന്റെ ചൂടും വാഹനങ്ങളുടെ പുകയും തിരക്കും എല്ലാംകൊണ്ടും ക്ഷീണ മായിരിക്കുന്നു.

ഒന്നു മയങ്ങിയാലോ എന്ന തോന്നൽ ശക്തമാകുന്നുണ്ട്.

വേണ്ട, ഒന്നു കുളിക്കുന്നത് എന്തിനും നല്ലതാണ്. നല്ല വിശ പ്പുമുണ്ട്. അതിനുമുമ്പ് വിയർപ്പ് ഒന്നു കുറയട്ടെയെന്നു കരുതി ഫാൻ ശക്തിയോടെതന്നെ കറക്കി. കാറ്റ് നല്ല ആശ്വാസം തരു ന്നുണ്ട്. ഇനി കുറച്ചു നേരം ടിവി കണ്ടുകളയാം എന്നുവിചാ രിച്ച് ഓൺ ചെയ്തു. എന്തു ചെയ്തിട്ടും ചാനലുകൾ ഒന്നും ശരിയാകുന്നില്ല.

അടുക്കളയിൽ പാത്രങ്ങൾ തകൃതിയായി ശബ്ദിക്കുന്നുണ്ട്. അത്താഴം ഒരുക്കുന്നതിന്റെ തിരക്കിലാണ് അമ്മ. ഞാൻ എത്തി യിട്ട് കുറച്ചുനേരമായെങ്കിലും അടുക്കളപണിയായതിനാൽ കണ്ടു മുട്ടാൻ കഴിഞ്ഞില്ല. കാര്യമായി എന്തോ പറയാനുള്ള ഉദ്ദേശ്യ വുമായി അമ്മ പെട്ടെന്ന് അടുത്തേക്ക് വന്നു.

'കിടന്ന് കുറെ കഷ്ടപ്പെട്ടെങ്കിലും അവര് പോയി. ഒരു കണ ക്കിന് അത് നന്നായി. നീ പോണില്ലേ?'

എനിക്ക് വ്യക്തമായി കാര്യം മനസ്സിലായിക്കാണും എന്ന ഉറപ്പോടെ ഇത്രയും പറഞ്ഞ് അമ്മ തിരിച്ചുപോയി. കാര്യങ്ങൾ പൂർണ്ണതയില്ലാതെ പറഞ്ഞെങ്കിലും ഒന്ന് ആലോചിച്ചപ്പോൾ, എന്റെ അടുത്ത സുഹൃത്തിന്റെ അമ്മയുടെ മരണവാർത്തയെ ക്കുറിച്ചാണ് പറഞ്ഞതെന്ന് മനസ്സിലായി. വീടിന്റെ സമീപപ്രദേ ശത്ത് കുറെ നാളുകളായി രോഗം ബാധിച്ച് കിടക്കുന്നത് അവർത ന്നെയാണ്. ഞാൻ അമ്മയുടെ അടുത്തുപോയി അത് ഉറ

പ്പുവരുത്തി. കാര്യം അറിഞ്ഞുകഴിഞ്ഞപ്പോൾ അവരുടെ വീട്ടിലേക്ക് ഇപ്പോൾത്തന്നെ പോകണം എന്ന തോന്നലായി.

നല്ല കൂരിരുട്ട്. കൈയിലെ ടോർച്ച് കത്തുവാൻ താല്പര്യമില്ലാത്തതുപോലെ മിന്നിമിന്നി നിൽക്കുന്നു. സമയം പത്തുമണി കഴിഞ്ഞിട്ടുണ്ടാകും. മരണം നടന്ന സമയം അറിയാൻ കഴിഞ്ഞില്ല. എന്തായാലും ഉടൻ പോകണം എന്നു തീരുമാനിച്ചിറങ്ങിയതല്ലേ. പിൻമാറ്റം നല്ലതല്ല.

പുഴപോലെ വളഞ്ഞുതിരിഞ്ഞുപോകുന്ന ഇടവഴിയിലൂടെ ഏകനായി യാത്ര തുടർന്നു.

നായ്ക്കൾ ഓരിയിടുന്നുണ്ട്. രാത്രിയിൽ പതിവായി ശബ്ദിക്കുന്ന ചെറുജീവികളും അവരുടെ പതിവുകൃത്യങ്ങൾ ഭംഗിയായി ചെയ്യുന്നുണ്ട്.

വീട്ടിലെത്തി ഒന്നു വിശ്രമിക്കണം. കുളിക്കണം. ഭക്ഷണം കഴിക്കണം തുടങ്ങിയ കുറെ കണക്കുകൂട്ടലുകളായിരുന്നു. എല്ലാം ഒരുനിമിഷത്തിന്റെ പൊടുന്നനെയുള്ള തീരുമാനത്തിലൂടെ മാറിപ്പോയി. അതെല്ലാം ഇനിയും ആകാമല്ലോ. അങ്ങനെ ഒടുവിൽ നടത്തം പൂർത്തിയായി.

സുഹൃത്തിന്റെ വീടെത്തി.

ഉമ്മറത്തുതന്നെ എല്ലാവരും ഉണ്ടായിരുന്നു. മരണവീടായതിനാൽ ആളുകൾ കുറച്ച് ഉണ്ടായിരുന്നെങ്കിലും നിശ്ശബ്ദത പൂർണ്ണമായിരുന്നു. അവർ ഇങ്ങോട്ട് എന്തെങ്കിലും പറയുന്നതിനുമുമ്പു തന്നെ അങ്ങോട്ട് പറഞ്ഞു,

'ഇപ്പോ എത്തിയതേയുള്ളു. വന്നപ്പോഴേക്കും അമ്മ കാര്യം പറഞ്ഞു. ഉടനെ ഇങ്ങുപോന്നു.'

ഉമ്മറത്തെ ശബ്ദം കേട്ടിട്ടാണെന്നു തോന്നുന്നു, സുഹൃത്ത് അകത്തുനിന്നുംപുറത്തുവന്നു.

'നീയോ, വാ വീടിന്റെ പിന്നിലാണ്' എന്നും പറഞ്ഞ് എന്റെ തോളിൽ കൈയിട്ട് അവന്റെ അമ്മയുടെ ശരീരം ദഹിപ്പിച്ചിരിക്കുന്ന സ്ഥലത്തേക്ക് കൊണ്ടുപോയി. സ്ഫുടം ചെയ്തിരിക്കുകയാണ്. അതിനാൽ അവിടെയും നിശ്ശബ്ദതതന്നെയായിരുന്നു. വിറകും ചകിരിയും അടുക്കിവച്ച് കത്തിക്കുമ്പോൾ തലയോട്ടിയുടേയും എല്ലുകളുടെയും പൊട്ടിത്തെറിക്കുന്ന ശബ്ദവും ചിര

ട്ടകൾ കത്തുമ്പോഴുള്ള ശബ്ദവുമെല്ലാം പതിവുദൃശ്യമാണ്. എന്നാൽ കുറച്ചുസമയം മൗനം പാലിച്ച് അവിടെനിന്നപ്പോൾ ശബ്ദം ഒന്നും കേട്ടില്ല. അവരുടെ ജീവൻ അവരുടെ ശരീരത്തെ വിട്ടകന്നിരിക്കുന്നു.

അത് എങ്ങോട്ടേക്ക് പോയി?

ഉത്തരമില്ലാത്ത ചോദ്യങ്ങൾ ചോദിച്ച് സമയം കളഞ്ഞിട്ടുകാര്യമില്ല എന്നു തോന്നി. രാത്രി ഏകാന്തതയിലേക്കും കൂടുതൽ നിശ്ശബ്ദതയിലേക്കും നീങ്ങുകയാണ്.

അവിടെനിന്നും ഉമ്മറത്തേക്കെത്തിയപ്പോൾ ബന്ധുജനങ്ങൾ നിശ്ശബ്ദരായിത്തന്നെ ഇരിപ്പുണ്ടായിരുന്നു.

ആരോടും ഒന്നും സംസാരിക്കുവാൻ തോന്നിയില്ല. നേരെ വീട്ടുപടിക്കലേക്കു നീങ്ങി. അപ്പോഴേക്കും സുഹൃത്ത് അടുത്തെത്തി. നേരം വൈകിക്കണ്ട. ഊണുകഴിഞ്ഞിട്ടുണ്ടാവില്ലല്ലോ. പിന്നെ നമുക്ക് വിശദമായി സംസാരിക്കാം' എന്നുപറഞ്ഞു.

ഞാനും 'നാളെകാണാം' എന്നുപറഞ്ഞു.

അവൻ വീട്ടിലേക്ക് നടന്നുപോയി.

ഞാൻ മടക്കയാത്ര തുടങ്ങി. നിശ്ശബ്ദമായ ഇടവഴിയിലൂടെ നടന്നുനീങ്ങുമ്പോൾ ചിന്തകൾ ബാല്യകാലത്തിലേക്ക് തിരിഞ്ഞു.

സുഹൃത്തിന്റെ അമ്മയെക്കുറിച്ചുതന്നെയാണ്. ഞങ്ങൾ കളിച്ച് വിയർത്ത് വരുമ്പോൾ അവർ വിശ്രമിക്കാനും വെള്ളം കുടിക്കാനും പറയാറുള്ളതും.

ഓർമ്മയിലെ ഏറ്റവും ദുഃഖകരമായ ആ ദിനം തീർത്തും മനസ്സിൽനിന്നും മായുന്നില്ല. രാവിലെമുതൽ വീട്ടിൽ ഒന്നും കഴിക്കുവാനില്ലാതെ വിഷമിച്ചിരിക്കുന്ന ഘട്ടത്തിൽ സന്ധ്യയോടെ ഞാൻ അവരുടെ അടുത്തുപോയി സ്വകാര്യത്തിൽ, രാവിലെമുതൽ ഭക്ഷണം ഒന്നും കഴിച്ചിട്ടില്ല. മാത്രമല്ല, വീട്ടിൽ അരിയും തീർന്നു. കുറച്ച് അരിയോ പണമോ വേണമെന്ന് പറഞ്ഞപ്പോൾ അവർ വിതുമ്പിനിന്നുപോയി. ഉടൻതന്നെ ധാരാളം ഭക്ഷണം വിളമ്പി. നല്ല വിശപ്പായതിനാൽ അതു മുഴുവനും ആർത്തിയോടെ കഴിച്ചു. ഒരു സഞ്ചിയിൽ നിറയെ അരിയും പച്ചക്കറികളും എടുത്തുതന്ന് വേഗം വീട്ടിൽ കൊണ്ടുകൊടുക്കുവാനും

പറഞ്ഞു. ഇതെല്ലാം ചെയ്യുമ്പോഴും അവരുടെ കണ്ണിൽനിന്നും കണ്ണുനീർ നിറഞ്ഞ് കവിഞ്ഞ് ഒഴുകുന്നുണ്ടായിരുന്നു.

എന്തിനാണ് ഇത്രയും വിഷമത്തോടെ അവർ കരയുന്നതെന്ന് അന്ന് മനസ്സിലായില്ല. ഇപ്പോഴാണ് കാര്യം പിടികിട്ടുന്നത്. മനുഷ്യന് കാര്യങ്ങൾ മനസ്സിലാകുമ്പോൾ വളരെയധികം സമയം വേണ്ടിവരുന്നു. മറ്റു ജീവജാലങ്ങളേക്കാൾ ഏറ്റവും കൂടുതൽ സമയം വേണ്ടി വരുന്നത് മനുഷ്യനാണെന്ന് തോന്നിയിട്ടുണ്ട്. അവർക്ക് ആറുമക്കളുണ്ട്. ഒരു പക്ഷേ, അവർ അവരുടെ മക്കൾ ഇതുപോലെ ഒരവസ്ഥയിൽ ചെന്നുപെട്ടാലത്തെ സ്ഥിതിയെപ്പറ്റി ചിന്തിച്ചുകാണും.

അവരെക്കുറിച്ചുള്ള അല്പം ഓർമ്മകളിലൂടെ നീങ്ങിയപ്പോൾ ചുറ്റുപാടുകളെപ്പറ്റി ഒന്നുമറിഞ്ഞില്ല.

സ്വന്തം വീടിന്റെ പടിയിലെത്തിയപ്പോഴാണ്, ചിന്തകളിലൂടെയാണ് ഞാൻ ഇത്രയും നേരം കടന്നുപോന്നത് എന്നതുതന്നെ അറിഞ്ഞത്. ഓരോ മനുഷ്യനും മരണമെന്ന യാഥാർത്ഥ്യത്തിലൂടെ ഓർമ്മകളിലേക്ക് പോകുന്നു. അങ്ങനെ എത്ര കോടി ജനങ്ങളാണ് ഇതുവരെയായി ഈ ലോകത്ത് കടന്നുപോയിട്ടുള്ളത്. അതിലേക്ക് എന്റെ സുഹൃത്തിന്റെ അമ്മയെയും ഉൾപ്പെടുത്താം.

നാണേട്ടൻസ് ടീ ഷോപ്പ്

രാവിലെത്തെ പതിവ് ഓഫീസ് യാത്രക്കായി വീട്ടിൽനിന്നും പ്രാതൽ കഴിച്ച് ഒരുങ്ങിയിറങ്ങി. നാട്ടുകാരുടെ ശ്രദ്ധ കിട്ടുവാൻ പാകത്തിലുള്ള ഒരുക്കങ്ങളും വേഷങ്ങളുമാണ് ചെയ്തിട്ടുള്ളത്. വഴിയിലൂടെ നടന്നുപോകുമ്പോൾ പല സുഹൃത്തുക്കളും കുശലാന്വേഷണം നടത്തുന്നുണ്ടായിരുന്നു.

തോർത്തും സോപ്പുപെട്ടിയുമായി പോകുന്ന സുഹൃത്തുക്കളോട് ഒരു അന്വേഷണം എന്ന രീതിയിൽ കുളിക്കാനല്ലേ എന്നു ഞാനും ചോദിച്ചു. അങ്ങനെ ബസ്സ്റ്റോപ്പിലെത്തി. ഞങ്ങളുടെ നാട്ടിലെ തരക്കേടില്ലാത്ത കവലതന്നെയാണ് അത്. കടകളും കുറച്ചു വണ്ടികളുടെ പാർക്കിംഗും ചെറിയൊരു തിരക്കും ഒക്കെ ഉള്ള കവല.,

ഇതിൽതന്നെയാണ് നമ്മുടെ നാണുവേട്ടന്റെ ടീഷോപ്പ് ഉള്ളത്. എന്നും രാവിലെ ദോശ ചുടുന്ന ശബ്ദവും രാഷ്ട്രീയ ചർച്ചകളും വാദപ്രതിവാദങ്ങളും അരങ്ങേറിയിരുന്ന കൊച്ചു ടീഷാപ്പ്. ഈ ചർച്ചകളും തർക്കങ്ങളും നടക്കുമ്പോൾതന്നെ നാണുവേട്ടൻ വളരെ നയപരമായി ആധുനിക മാർക്കറ്റിംഗ് എക്സിക്യൂട്ടീവുകളെക്കാൾ രസകരമായി 'എടോ, ചൂടുള്ള പഴംപൊരി, പരിപ്പുവടയുമുണ്ട്. വിശപ്പ് കൂടുതലാണെങ്കിൽ ദോശയും ഇഡലിയു'മുണ്ട് എന്നു പറയും. ഞാൻ അധികമൊന്നും അവിടെനിന്നും കഴിച്ചിട്ടില്ല. എന്നാലും ഇടയ്ക്ക് വല്ലപ്പോഴുമൊക്കെ ചൂടു പരിപ്പുവട കഴിക്കാറുണ്ട്.

ഏതാണ്ട് മുപ്പതുവർഷത്തെ സേവനത്തിനുശേഷം ഇന്ന് ആ നാടൻ ചായക്കട ഇല്ലാതാവുകയാണ്.

ഞാൻ മെല്ലെ നടന്ന് കടയുടെ അടുത്തെത്തി. ഓടും ഓലയും

ചേർത്തുണ്ടാക്കിയതാണ്. അതിനാൽ അതിൽ മരങ്ങൾ കുറച്ചുണ്ട്. പിന്നെ ഡെസ്കും ബെഞ്ചും മറ്റ് ഫർണീച്ചറുകളും. ഇതെല്ലാം എടുത്ത് വണ്ടിയിൽ കയറ്റുന്ന തിരക്കിലാണ് നാണേട്ടൻ.

ഒരു ചെറുപുഞ്ചിരിയോടെ എന്റെ മുഖത്ത് നോക്കിയെങ്കിലും ആ ചിരിയോട് എനിക്ക് താല്പര്യം തോന്നിയില്ല. കാരണം ഇത്രയും വർഷത്തെ ജീവിതമാർഗ്ഗമായിരുന്ന ആ കടയുടെ ഇല്ലായ്മയെയാണ് നാളെമുതൽ എല്ലാവരും കാണുന്നത്. ഉടമയെന്ന നിലയിൽ നാണുവേട്ടനും ഈ അവസ്ഥയിൽ സത്യസന്ധതയോടെ ചിരിക്കുക എന്നത് അസാധ്യമാണെന്ന് എനിക്കു തോന്നി. ചിരകാല പരിചയമായിരിക്കും അതിനു തോന്നിച്ചത്. പുതിയ തലമുറയിലുള്ളവർ ഫാസ്റ്റ് ഫുഡിലാണ് അഭയം പ്രാപിച്ചിട്ടുള്ളത്. അതിനാൽ അവർക്ക് ഇത്തരം നാടൻ ശൈലികളോട് താല്പര്യമില്ല.

കൂടുതൽ സമയം അവിടെ നിൽക്കുവാൻ തോന്നിയില്ല. അപ്പോഴേക്കും എനിക്കു പോകേണ്ട ബസ്സ് എത്തിയിരുന്നു. പുതിയ പരിഷ്കാരങ്ങളുടെയോ ചട്ടങ്ങളുടേയോ ഭാഗമായി ഞാൻ ജോലി ചെയ്യുന്ന സ്ഥാപനത്തിന്റേയും അടിത്തറ ആരെങ്കിലും തകർക്കുന്നതിനുമുമ്പ് അവിടെയെത്തുക എന്ന ലക്ഷ്യവുമായി വണ്ടിയിലേക്ക് ചാടിക്കയറി.

മുംബൈ മുത്തശ്ശി

ഫ്ളാറ്റിന്റെ മൂന്നാംനിലയിലേക്ക് നടന്നുകയറുമ്പോഴേക്കും ക്ഷീണം കാരണം ആകെ അവശതയിലായിരുന്നു. കൈകാലുകളുടെ കഴപ്പും വേദനയും കാരണം എങ്ങനെയെങ്കിലും മുറിയിലെത്തി ഒന്നു വിശ്രമിച്ചാൽ മതിയെന്നായി. അങ്ങനെ ഒരു കണക്കിന് മുറിയിലെത്തി ഫാൻ ഇട്ട് നിലത്ത് ഒറ്റ ഇരുപ്പ് ഇരുന്നു. രാവിലെ മുതൽ തുടങ്ങിയ യാത്രയാണ്.

മുംബൈ നഗരത്തിലെ കുറെ ഭാഗങ്ങൾ ചുറ്റിക്കറങ്ങി കണ്ടു. നാട്ടിൻപുറത്തിന്റെ ശാന്തതയും ഹരിതാഭയും ഒക്കെ വിട്ട് ചെറിയൊരു മാറ്റം അനുഭവിച്ചറിയാൻ മുംബൈയിലെ ബന്ധുവീട്ടിലെത്തിയതാണ്.

നഗരത്തിന്റെ തിക്കും തിരക്കും ബഹളങ്ങളും പൊടിയും പുകയും എല്ലാം കൂടിച്ചേർന്ന് ഇപ്പോൾ ക്ഷീണിതന്റെ രൂപത്തിലായി. എന്റെയൊപ്പം യാത്രചെയ്ത ബന്ധുക്കളെല്ലാവരും വീണ്ടും കർമ്മനിരതരായി കാര്യങ്ങൾ ചെയ്യുന്നു. ഇതു കണ്ടപ്പോൾ ഒരു അതിശയം തോന്നി. എന്നാൽ രാത്രി പത്ത് മണിയോടടുത്ത് കാണും. അവർ അത്താഴം ഒരുക്കുന്ന തിരക്കിലാണ്. പുറത്തുനിന്ന് ഭക്ഷണം കഴിക്കാമെന്ന് പറഞ്ഞതാണ്. ഞാൻ തന്നെയാണ് അത് വേണ്ടായെന്ന് പറഞ്ഞത്. പക്ഷേ, വീട്ടിലെത്തി അവർ അത് തയ്യാറാക്കുന്നതു കണ്ടപ്പോൾ ഉള്ളിൽ വിഷമം തോന്നി. എന്നെപ്പോലെത്തന്നെ ക്ഷീണമുള്ളവർതന്നെയല്ലേ അവരും. ഒന്നുപോയി എന്തെങ്കിലും സഹായിച്ചാലോ? ക്ഷീണം കാരണം കുറച്ച് കഴിയട്ടെ എന്നു തീരുമാനിച്ചു.

ഫോൺ ബെല്ലടിക്കുന്നു. ബന്ധുക്കളിലൊരാൾ റിസീവർ എടുത്തു സംസാരിച്ചു, എന്നിട്ട് എന്നോട് തിരിഞ്ഞ് പറഞ്ഞു,

'അടുത്ത ഫ്ളാറ്റിൽ ഒരു മുത്തശ്ശി മരിച്ചു. ഞാൻ അവിടെ പോയി വരാം. നീ വിശ്രമിക്ക്.'

ഞാൻ തലയാട്ടി.

എന്റെ കാൽവണ്ണയിലൊക്കെ ഒന്നു തടവി കോട്ടുവായിട്ടു. മെല്ലെ എഴുന്നേറ്റ് കുളിമുറിയിൽ പോയി മുഖം കഴുകി.

ആകെ ഒന്നു ഉഷാറായി.

തിരിച്ച് സോഫയിൽ വന്നിരുന്നു. അപ്പോഴേക്കും മരിച്ച വീട്ടിലേക്കു പോയ ബന്ധു തിരിച്ചുവന്നു.

'ആ മുത്തശ്ശിയുടെ കുറെ ബന്ധുക്കളൊക്കെ ഇവിടെയുണ്ട്. അവര് കുറച്ചുനാളായി കിടപ്പായിട്ട്. പ്രതീക്ഷിച്ചിരിക്കുകയായിരുന്നു. ഒമ്പതരക്കോ മറ്റോ ആണ് മരിച്ചത്. അവര് നീട്ടിവെക്കുന്നില്ല. രാത്രിതന്നെ ദഹിപ്പിക്കാനാണ് പ്ലാൻ.'

പിന്നീട് അദ്ദേഹം എന്റെ നേരെ തിരിഞ്ഞ് പറഞ്ഞു.

'നിനക്ക് ക്ഷീണമുണ്ടെന്ന് അറിയാം. സോറി. വേറെ അധികം ആൾക്കാരില്ല. നമുക്ക് അവിടെ പോകണം. ഇവിടുന്ന് അടുത്തു തന്നെയാണ് ശ്മശാനം. ഒന്ന് അവരെ സഹായിക്കണം.'

'അതിനെന്താ, ഞാൻ റെഡി. മരണസമയത്തല്ലേ സഹായം വേണ്ടത്'.

ഞാൻ പറഞ്ഞു.

പെട്ടെന്ന് ക്ഷീണമൊക്കെ എങ്ങോ പോയതുപോലെ. കാരണം നമുക്ക് ഒരു ആവശ്യം വന്നിരിക്കുകയാണ്. ഇനി ഉണരാതെ പറ്റില്ല. എന്നിരുന്നാലും മനസ്സിൽ കുറെ ചിന്തകൾ ചോദ്യരൂപത്തിൽ തൊടുത്തുവിടുന്നു.

അവർ മരിച്ചത് ഒമ്പതരയ്ക്ക്. ഇപ്പോൾ സമയം പതിനൊന്നാകാൻ പോകുന്നു.

അപ്പോഴേക്കും ദഹിപ്പിക്കാൻ വേണ്ട ഒരുക്കങ്ങളായി.

ഒന്നു ചലനമറ്റുകിട്ടാനായി കാത്തിരുന്നതുപോലെ തോന്നുന്നു. ഭയങ്കരം തന്നെ നഗരത്തിന്റെ ഒരു വേഗത.

ഞങ്ങൾ അവരുടെ ഫ്ളാറ്റിലേക്കു പോയി.

കോട്ടും സ്യൂട്ടുമിട്ട ധാരാളം പ്രമാണിമാർ അവിടെ നിൽപ്പുണ്ടായിരുന്നു.

ആ മുത്തശ്ശിയുടെ ഒരു മകൻ ഏതോ വലിയ ഒരു കമ്പനി

യിലെ ഉന്നത ഉദ്യോഗസ്ഥനാണ്. ആ സ്ഥാപനവുമായി ബന്ധപ്പെട്ട ആളുകളായിരുന്നു. ആ തിരക്കിനിടയിലൂടെ തലയിട്ട് ഒന്നു നോക്കി. ജീവിതത്തിൽ ആദ്യമായി കാണുന്ന മുഖമാണ്. യാദൃച്ഛികമായി ഒരു യാത്രയിലൂടെ, അതും ശരീരം അല്പസമയങ്ങൾക്കു ശേഷം ചിതയിലേക്ക് പോകും. പിന്നെ എന്നന്നേക്കുമായി ഇവിടെയുള്ള ബന്ധം വേർപെടുന്നു.

ഒരു നിയോഗമെന്നോണം എന്റെ ജീവിതയാത്രയിൽ ആ മുഖവും കാണണമെന്ന് നിശ്ചയിച്ചതുപോലെ തോന്നുന്നു.

ഇത്തരം ജീവിതയാഥാർത്ഥ്യങ്ങൾക്ക് മുമ്പിലെത്തുമ്പോഴാണ് മനുഷ്യന് തത്വശാസ്ത്രം പുറത്തുവരുന്നത്. ഇതിനിടയിൽ അന്ത്യകർമ്മങ്ങൾക്കുള്ള പരികർമ്മി എത്തിച്ചേർന്നു. അദ്ദേഹത്തിന്റെ നിർദ്ദേശപ്രകാരം കാര്യങ്ങൾ മുന്നോട്ടുപോയി. കർമ്മങ്ങളെല്ലാം പൂർത്തിയായപ്പോൾ ഞങ്ങൾ അവരുടെ ശരീരം തോളിലേറ്റി ഫ്ളാറ്റിൽനിന്നും റോഡിനെ ലക്ഷ്യമാക്കി നടന്നു. അർദ്ധരാത്രിയായിട്ടും മുംബൈനഗരം രാത്രിയുടെ നിശ്ശബ്ദതയും ശാന്തതയും അറിഞ്ഞിരുന്നില്ല. ഞങ്ങൾ ആ തിരക്കിനിടയിലൂടെ മൃതദേഹവുമായി നടന്നുനീങ്ങി. അധികദൂരം പോകേണ്ടിവന്നില്ല. ശ്മശാനം എത്തി.

ഈ രാത്രിയിലും അവിടെ നാലോ അഞ്ചോ ശരീരങ്ങൾ ദഹിപ്പിക്കുന്നുണ്ടായിരുന്നു.

മുൻകൂട്ടി അറിയിച്ചിരുന്നതിനാൽ ഞങ്ങൾക്കു വേണ്ട സ്ഥലം അവർ ഒരുക്കിയിരുന്നു.

അവരുടെ തലഭാഗം എടുത്ത് ഞാൻ മെല്ലെ ചിതയിലേക്കു വെച്ചു. മറ്റുള്ളവർ ഒപ്പം ശരീരവും കൃത്യമായി വെച്ചു.

ഞാൻ ഒന്നുകൂടി അവരുടെ മുഖത്തേക്കു നോക്കി. മൗനം ആചരിച്ചു.

മറ്റുള്ളവർ വിറകുകൾ അടുക്കിവച്ചു.

അവരുടെ മകൻ ചിതയ്ക്ക് തീ കൊളുത്തി. ചിത പെട്ടെന്ന് ആളിക്കത്തി. അല്പനേരം ഞങ്ങൾ അതു നോക്കിനിന്നു. പിന്നീട് തിരിച്ചുനടന്നു.

കുറച്ചുദൂരം നടന്നപ്പോൾ ഒന്നുകൂടി ആ മുഖം കാണുവാൻ തോന്നി.

പക്ഷേ, പിൻതിരിഞ്ഞപ്പോൾ ആളിക്കത്തുന്ന തീയാണ് കണ്ടത്. ഒരു ദീർഘനിശ്വാസത്തോടെ വീണ്ടും മുന്നോട്ടു നടന്നുനീങ്ങി. മുംബൈനഗരം അപ്പോഴും ഉറക്കമില്ലാതെ ഉണർന്നിരിക്കുന്നുണ്ടായിരുന്നു.

ബഹുമാനപ്പെട്ട കണ്ണ്

സുഹൃത്തുക്കളോടൊപ്പം സംസാരിച്ചിരുന്നതിനാൽ ഓഫീസിൽനിന്നും പതിവിലും വൈകിയാണ് ഇറങ്ങിയത്. വേനലിന്റെ ചൂടിന് സന്ധ്യയായിട്ടും ഒട്ടും ശമനമില്ലായിരുന്നു.

പകൽമുഴുവൻ നല്ല വിയർപ്പായിരുന്നു. സന്ധ്യയായപ്പോൾ നല്ല പുഴുക്കം. ശരീരത്തിന് മൊത്തം ഒരു രൂക്ഷഗന്ധം. അസ്വസ്ഥത, വയ്യായ്ക.

എന്തായാലും വീട്ടിലെത്തി ഉടൻ കുളിക്കണം. അതായിരുന്നു പ്രധാന അജണ്ട. കെ.എസ്.ആർ.ടി.സി സ്റ്റാൻഡിൽ പോയി തന്നെ വണ്ടി കയറാമെന്ന് തീരുമാനിച്ച് കുറച്ച് കപ്പലണ്ടിയും വാങ്ങി കൊറിച്ച് നടത്തം ഉഷാറാക്കി.

പതിവുസംഭവങ്ങൾ തന്നെ. വടക്കോട്ടേക്കുള്ള ബസ്സിനായി നിലയുറപ്പിച്ചപ്പോൾ തൊട്ടുരുമ്മി ഇതാ വരുന്നു തെക്കുഭാഗത്തേക്കുള്ള നാലെണ്ണം. എന്റെ ഇടതുവശത്ത് കാഴ്ചയില്ലാത്ത ഒരു മധ്യവയസ്ക്കനും ബസ്സ് കാത്തുനിൽപ്പുണ്ടായിരുന്നു.

'ഹലോ സുഹൃത്തേ, എറണാകുളം ഭാഗത്തേക്ക് വല്ല വണ്ടിയും വന്നാൽ പറയാമോ?' അയാൾ ചോദിച്ചു.

'ഇപ്പോൾ മൂന്നാലെണ്ണം പോയതേയുള്ളൂ. ഇനി വന്നാൽ പറയാം. പക്ഷേ ഞാൻ തൃശ്ശൂർ ഭാഗത്തേക്കാണല്ലോ മാഷേ.'

'നിങ്ങളുടെ വണ്ടി വരുന്നതുവരെ മതി.'

ഈ സംഭാഷണങ്ങൾക്കിടയിൽ അദ്ദേഹം ബാഗ് തുറന്ന് മൊബൈൽ ഫോണെടുത്ത് എന്റെ കൈയിൽ തന്നു.

'ഞാൻ ഒരു നമ്പർ പറയാം. അത് വിളിച്ച് തരണം.'

പറഞ്ഞുതന്ന നമ്പറിൽ വിളിച്ച് അദ്ദേഹത്തിന്റെ കാതിലേക്ക് ചേർത്തുപിടിച്ചു.

'എടിയേ പോയ കാര്യം ഒന്നും ശരിയായില്ല. ഞാൻ വന്നിട്ടു പറയാം. ഞാനിപ്പോൾ ചാലക്കുടി സ്റ്റാൻഡിലാ. എത്ര വൈകിയാലും ഓട്ടോ പിടിച്ച് എത്താം. നിങ്ങള് ഊണു കഴിച്ച് കിടന്നോ.'

ഫോൺ എന്റെ കൈയിൽതന്നെ തിരിച്ചുതന്നിട്ട് 'ഹലോ ഇതൊന്ന് ഓഫാക്കണം' എന്നു പറഞ്ഞു.

ഞാൻ അതുവാങ്ങി ഓഫാക്കുമ്പോൾ, 'പുതിയ മൊബൈലാ. കൂട്ടുകാരൻ തന്നതാണ്. ഒന്നും മനസ്സിലാക്കാൻ പറ്റിയിട്ടില്ല. ഇത് ഓഫാക്കാനും ഫോൺ വന്നാൽ എടുക്കാനും എങ്ങനെയാണ്. ഒന്നു പറയാമോ? പ്ലീസ്.'

ഞാൻ ആ രണ്ട് ഭാഗങ്ങൾ അദ്ദേഹത്തിന്റെ വിരലുകൊണ്ട് അമർത്തി കാണിച്ചുകൊടുത്തു. അദ്ദേഹം ഫോണിന്റെ വലിപ്പവും ബട്ടനുകൾ തമ്മിലുള്ള അകലവും തടവി മനസ്സിലാക്കുന്നുണ്ടായിരുന്നു. ഈ കാഴ്ചകൾ മനസ്സിൽ വേദനയും ഒപ്പം എനിക്ക് എന്റെ കണ്ണുകളോടുള്ള ബഹുമാനവും എത്രത്തോളമാക്കി എന്നു പറയാൻ കഴിയുന്നില്ല. അപ്പോഴേക്കും എനിക്കു പോകാനുള്ള ബസ്സ് വന്നു.

'മാഷേ എന്റെ ബസ്സ് വന്നു. ഞാൻ പോയ്ക്കോട്ടെ.' എന്ന് അദ്ദേഹത്തോട് ചോദിച്ചു.

'ശരി, സുഹൃത്തേ നന്ദിയുണ്ട് ട്ടോ.' എന്ന് അദ്ദേഹവും.

ബസ്സിന്റെ ചവിട്ടുപടികൾ കയറുമ്പോൾ ഞാൻ തിരിഞ്ഞു നോക്കി. അദ്ദേഹം മറ്റൊരു വ്യക്തിയോട് തന്റെ ആവശ്യം അറിയിക്കുന്നുണ്ടായിരുന്നു.

നമുക്ക് കണ്ണുള്ളതിനാൽ എന്തെല്ലാം കാഴ്ചകൾ കാണാനും കാര്യങ്ങൾ ബുദ്ധിമുട്ടില്ലാതെ ചെയ്യുവാനും കഴിയുന്നു. നമ്മുടെ കണ്ണിനെ വെറും കണ്ണായി കാണാതെ 'ബഹുമാനപ്പെട്ട കണ്ണ്' ആയി നാം കണക്കാക്കേണ്ടിയിരിക്കുന്നു.

അവൻ എന്തു പറയുന്നു? രക്ഷപ്പെട്ടോ?

രാവിലെമുതൽ കുത്തിയിരുപ്പാണ്. പലചരക്ക് സാധനങ്ങളുടെ ലിസ്റ്റ് കൈയിലുണ്ട്. കുറേനേരം ഓരോന്ന് ആലോചിച്ച് ഇരുന്നു. പിന്നെ കുറേനേരം കിടന്നു. പിന്നീട് ടി.വി കണ്ടു. അറുബോറൻ പരിപാടികൾ മടുത്തു. നിർത്തി.

മനസ്സിൽ പല ഓർമ്മകളും നുരഞ്ഞുപൊന്തുന്നു. ചില സന്ദർഭങ്ങളിലെ സംഭവങ്ങൾ, സംഭാഷണങ്ങൾ ഓർക്കുമ്പോൾ അങ്ങനെയൊന്നും വേണ്ടായിരുന്നുവെന്ന് തോന്നിപ്പോകുന്നു.

'അല്ല, എല്ലാം നല്ലതിനുവേണ്ടിയായിരുന്നല്ലോ പറഞ്ഞത്. വേറെ ലക്ഷ്യമൊന്നുമില്ലായിരുന്നു' അങ്ങനെ പറഞ്ഞ് മനസ്സിനെ സമാധാനിപ്പിച്ചു.

വീണ്ടും മറ്റൊരു ചിന്ത 'വിധി ഇങ്ങനെയായിരുന്നെങ്കിൽ പിന്നെ ഒന്നും പറഞ്ഞിട്ടു കാര്യമില്ലല്ലോ.' ഈ ചിന്തകൾക്കെല്ലാം ആധാരം ഒന്നുമാത്രമാണ് പ്രതീക്ഷകൾ, ആഗ്രഹങ്ങൾ. അതെല്ലാം തകർന്നടിഞ്ഞതിന്റെ വേദനകൾ.

സമയം അങ്ങനെ ഇഴഞ്ഞോ വേഗത്തിലോ പോയി.

സന്ധ്യയായി.

'രാവിലേതൊട്ട് പറയുന്നതാ, സാധനങ്ങളൊക്കെ കഴിഞ്ഞു. ഇരുട്ടാവാറായി. എന്താ നിങ്ങടെ ഉദ്ദേശം' സംഭാഷണശൈലിയിൽ നിന്നും ഈ ആളെ പിടികിട്ടികാണും.

പിറുപിറുക്കലിന്റെ അളവു കൂടിതുടങ്ങി. വേഗം സ്ഥലം വിടുന്നതാണ് ബുദ്ധി.

ഷർട്ടിട്ടു, വാച്ചുകെട്ടി. ബൈക്ക് സ്റ്റാർട്ടാക്കി.

മകന്റെ കരച്ചിൽ. അവനും വരണം.

'മോനേ നാളെ പോകാം. ഇരുട്ടായി. ഇന്നുവേണ്ട.'

യാതൊരു രക്ഷയുമില്ല. പയ്യൻ വിടുന്ന ലക്ഷണമില്ല.

അവനെ ബൈക്കിന്റെ മുൻപിലിരുത്തി യാത്ര തുടങ്ങി.

കടയിലെത്തി സാധനങ്ങളുടെ കുറിപ്പ് കൊടുത്തു. അയാൾ ഓരോന്നും എടുത്തു സഞ്ചിയിൽ വച്ച് കുശലാന്വേഷണങ്ങൾ തുടങ്ങി. ഒടുവിൽ ഒരു ചോദ്യം, 'അല്ലാ, അനുജൻ എവിടെ? അവൻ എന്തു പറയുന്നു? രക്ഷപ്പെട്ടോ?'

അയാളുടെ ചോദ്യം ആകെ ഒരു അസ്വസ്ഥതയായി. ഒന്നും മറുപടി പറയാൻ കഴിഞ്ഞില്ല. എന്റെ അടുത്ത് നിൽപ്പുണ്ടായിരുന്ന കൂട്ടുകാരൻ കടക്കാരനോട് അല്പം ഗൗരവത്തിൽ ചോദിച്ചു, 'നീയൊന്നും അറിഞ്ഞില്ലേ, അവൻ കഴിഞ്ഞയാഴ്ച ഒരു ആക്സിഡന്റിൽ പോയി.' ഇത്രയും കേട്ടപ്പോഴേക്കും അവന്റെ ശരീരം മോർച്ചറിയിൽ കിടക്കുന്ന രംഗം ഓർമ്മയിൽ വന്നു. കണ്ണുകൾ ഈറനണിഞ്ഞു. ഒന്നും പറയാൻ വാക്കുകൾ വരുന്നില്ല. പോട്ടെയെന്ന് ആംഗ്യം കാണിച്ച് സാധനങ്ങളുമായി യാത്ര തിരിച്ചു.

വർഷങ്ങൾ പലതു കഴിഞ്ഞിട്ടും വലിയ ഉത്തരങ്ങൾ തരുന്ന കടക്കാരന്റെ അന്നത്തെ ചോദ്യം ഇന്നും ബാക്കിനിൽക്കുന്നു.

മരണമെന്ന യാഥാർത്ഥ്യം രക്ഷപ്പെടലാണോ? ചില സന്ദർഭങ്ങളിൽ മനുഷ്യർക്ക് ജീവിതം ഒരു വലിയ പരീക്ഷണശാലയായി മാറുമ്പോൾ മരണം രക്ഷപ്പെടലാണോയെന്ന് തോന്നിപ്പോകും.

ജീവിതമെന്ന ആഴക്കടൽ നീന്തിക്കടക്കുന്ന പ്രക്രിയയിൽനിന്നും ഒരു വിടവാങ്ങൽ. അങ്ങനെ പല വാചകങ്ങളിലൂടെയും മരണത്തെ നിർവ്വചിക്കാം.

ന്യൂജെൻ സ്റ്റൈൽ

മൊബൈൽഫോൺ മേശപ്പുറത്തേക്ക് വലിച്ചെറിഞ്ഞ് അവൾ എന്തുചെയ്യണമെന്നറിയാതെ അസ്വസ്ഥയായി ചുറ്റുംനോക്കി.

ബാഗിൽനിന്നും വാട്ടർബോട്ടിൽ വേഗത്തിൽ എടുത്ത് കുറച്ചു വെള്ളം കുടിച്ചു.

ശരീരം നന്നായി വിയർക്കുന്നുണ്ടായിരുന്നു.

മനസ്സിൽ വല്ലാത്ത ഒരു ഭാരംപോലെ. ചിന്തകളിൽ ഒരിക്കലും തോന്നാത്ത ഒരുതരം മരവിപ്പ് ബാധിച്ചിരിക്കുന്നു.

ഇന്ന് ലീവെടുത്ത് മുറിയിൽ പോയി കിടന്നാലോ എന്ന് വിചാരിച്ചു.

വേണ്ട.

ഓഫീസിൽ കുറച്ച് അർജന്റ് വർക്കുണ്ട്.

വീണ്ടും മനസ്സിൽ അയാളുടെ ചോദ്യശരങ്ങൾ മുള്ളുപോലെ തറക്കുന്നു.

എന്നാലും എന്തൊരു മനുഷ്യനാണയാൾ. ജീവിതത്തിൽ ആദ്യമായി പരിചയപ്പെടുമ്പോൾ ഒരാളോട് ഇങ്ങനെയൊക്കെയാണോ ഫോണിൽ സംസാരിക്കുക. എന്ത് വിദ്യാഭ്യാസമാണ് അയാൾ നേടിയത്. ഒരു പെൺകുട്ടിയോട് ഇങ്ങനെയൊക്കെ ചോദിക്കാൻ എങ്ങനെയാ തോന്നണത്. തനി നാട്ടുംപുറത്തുകാരിയായ എന്നെ കുറിച്ച് അയാൾ എന്താ ധരിച്ചിരിക്കുന്നത്.

അവൾ മനസ്സിൽ പിറുപിറുത്തുകൊണ്ടിരുന്നു.

രാവിലെതന്നെ ഓരോ ഫോൺകോളുകൾ കാരണം വർക്ക് ചെയ്യാനുള്ള എല്ലാ മൂഡും പോയി.

ഇത് ഇങ്ങനെ വിട്ടാൽ പറ്റില്ല. നാട്ടിലേക്ക് വിളിച്ച് അമ്മയോട് കാര്യം പറയാം. അവരും കാര്യങ്ങളൊക്കെ അറിയട്ടെ.

മൊബൈൽ എടുത്ത് അമ്മയെ വിളിച്ചു.

'എന്താ മോളേ നീ ഓഫീസിൽ അല്ലേ?' കോൾ എടുത്തതും അമ്മയുടെ ചോദ്യം.

'ങ്ഹാ. ഓഫീസിൽതന്നെയാ.'

ദേഷ്യവും ഗൗരവവും നിറഞ്ഞ സ്വരത്തിൽ അവൾ മറുപടി പറഞ്ഞു.

'എന്താ നിനക്ക് സുഖമില്ലേ. എന്തുപറ്റി?'

'നിങ്ങള് ഇന്നലെ വന്ന ഒരു ആലോചനയെപ്പറ്റി പറഞ്ഞില്ലേ. ആ പയ്യൻ കുറച്ചുമുമ്പ് വിളിച്ചിരുന്നു. ഒരു വട്ടുകേസ്.'

'എന്താ മോളേ? എന്തുപറഞ്ഞു അവൻ. മോശമായി എന്തെങ്കിലും പറഞ്ഞോ?'

'അയാൾ ആദ്യംതന്നെ സംസാരിച്ചുതുടങ്ങിയതുതന്നെ മദ്യം കഴിക്കോ, സിഗരറ്റ് വലിക്ക്യോ എന്ന് ചോദിച്ചുകൊണ്ടാണ്. തനി നാട്ടിൻപുറത്തുകാരിയായ എന്നോട് ഒരു സാമാന്യമര്യാദ പോലും ഇല്ലാതെ ഇങ്ങനെയാ സംസാരിക്ക്യാ. ഭയങ്കര വിഷമമായി അമ്മേ.'

'സാരല്യ. മോള് വിഷമിക്കേണ്ട. ഓരോരുത്തരും അവരുടെ സംസ്കാരം അനുസരിച്ചല്ലേ പെരുമാറുന്നത്. അത് മുഴുവൻ മനസ്സീന്ന് മായ്ച്ചുകളഞ്ഞേക്ക്. അവന്റെ വീട്ടുകാരെക്കുറിച്ച് അറിഞ്ഞപ്പോ നല്ലതാണെന്ന് തോന്നി. എന്നാപ്പിന്നെ നിങ്ങളുതമ്മിൽ പരിചയപ്പെടട്ടെ എന്നു കരുതിയാ നിന്റെ നമ്പർ കൊടുത്തത്. ഇപ്പോ തോന്നുന്നു വേണ്ടായിരുന്നു എന്ന്. സോറി മോളേ.. നിനക്ക് സുഖമില്ലെങ്കിൽ റൂമിൽ പോയി കിടന്നോ.'

'ഇല്ലമ്മേ. കുറച്ച് അർജന്റ് വർക്ക് ഉണ്ട്. ഇപ്പോ ആശ്വാസമായി. മനസ്സിലെ ദേഷ്യവും ഭാരവും എല്ലാം പോയി. ജോലി തുടങ്ങട്ടെ. വൈകീട്ട് വിളിക്കാം.'

അവൾ ഫോൺ കട്ട് ചെയ്തു.

നൂറുകണക്കിന് കിലോമീറ്ററുകൾക്ക് അപ്പുറത്ത് ഉത്തരേന്ത്യയിൽ തനിച്ച് താമസിക്കുന്ന അവളുടെ മനസ്സിലെ ആകുലതകളെയോർത്ത് വേദനയോടെ അമ്മയും വീട്ടുപണികളിൽ മുഴുകി.

ന്യൂജെൻമാർ ഇതു വല്ലതും അറിയുന്നുണ്ടോ?

പരാതി

രാവിലെതന്നെ അയൽപക്കക്കാർ തമ്മിലുള്ള സംഭാഷണം കേൾക്കുന്നു. പത്രത്തിന്റെ ഒന്നാംപേജിലെ കൊലപാതക വാർത്ത വിസ്തരിച്ച് വായിക്കാൻ പറ്റിയില്ല. പിന്നെയാവാം എന്ന് തീരുമാനിച്ച് റോഡിലേക്കിറങ്ങി.

ഇന്നലെ രാത്രി കറണ്ട് പോയതാണ്. ഈ നേരമായിട്ടും വന്നിട്ടില്ല. ഈ വിഷയത്തിലാണ് ചർച്ച നടക്കുന്നത്. പലരും പല അഭിപ്രായങ്ങളും മാറിമാറി പറയുന്നുണ്ട്.

'ഈ പ്രദേശത്ത് അറ്റകുറ്റപണികൾ എന്തെങ്കിലും നടക്കുന്നുണ്ടാകുമോ' എന്ന് ഒരാളുടെ സംശയം.

അതിനു മറുപടി ഉടൻ വന്നു.

'ഇന്നലെ രാത്രി പോയതല്ലേ. പിന്നെ കറണ്ട് വന്നിട്ടേയില്ല. മരം വീണുകാണും.'

'ഇന്നലെ അങ്ങനെ കാറ്റൊന്നും ഉണ്ടായിട്ടില്ലല്ലോ.'

അതിനും മറുപടി വന്നു.

'മരം വിഴാൻ കാറ്റ് വേണ്ടല്ലോ. മരച്ചില്ല വീണാലും മതി.'

ഇത്രയും കാര്യങ്ങൾ കേട്ടതിൽനിന്നും കറണ്ട് പോയതിന്റെ കാരണം ആർക്കും അറിയില്ലെന്നു മനസ്സിലായി.

ഞാൻ ഇടയിൽ കയറി.

'ഇലക്ട്രിസിറ്റി ഓഫീസിൽ വിവരം അറിയിച്ചിട്ടുണ്ടോ എന്ന് തിരക്കി.'

'അതൊന്നും കാര്യമില്ല. അവിടെ പോയി പരാതി എഴുതി വെക്കണം. അവർക്ക് ഇഷ്ടംപോലെ പണിയുണ്ട്. തിരക്കായിരിക്കും. വിളിച്ചുപറഞ്ഞാൽ മാത്രം പോരാ.'

ഒന്നുകൂടി വിശദമായി കാര്യങ്ങൾ തിരക്കിയപ്പോൾ ആരും

ഇതുവരേയും ഫോൺ ചെയ്തുപോലും പരാതി പറഞ്ഞിട്ടില്ല എന്നു മനസ്സിലായി.

എന്നാൽ ചാനൽ ചർച്ചകളെ വെല്ലുന്നപോലെ രാവിലെതന്നെ എല്ലാവരും ചർച്ചയിലാണ്. ഇതിൽ പങ്കെടുത്തിട്ട് വലിയ ഗുണ മില്ല. ഉടൻ ഇലക്ട്രിസിറ്റി ഓഫീസിൽ പോയി പരാതിയെഴുതു കയെന്നതാണ് ഏകപരിഹാരം. ചർച്ച നടത്തിയതുകൊണ്ട് കറണ്ട് വരില്ല. മാത്രമല്ല രാവിലെ കറണ്ട് ഇല്ലെങ്കിൽ ഇന്നത്തെ ഭക്ഷണത്തിന്റെ മെനു തന്നെ മാറിപ്പോകും. അതിന്റെ പൂർണ്ണ ഉത്തരവാദി പിന്നെ കറണ്ടായിരിക്കും.

പ്രശ്നം രൂക്ഷമാണ്.

കൂടുതൽ ആലോചിച്ചില്ല. ബൈക്കിൽ പാഞ്ഞു. പോകുന്ന വഴിക്ക് പരിചയമുള്ള ഒരു പയ്യനെയും കൂടെ കൂട്ടി. പുതിയ തല മുറ നാട്ടിലെ പൊതുകാര്യങ്ങളിൽ പിന്നിൽ നിന്നുകൂടാ എന്ന തോന്നൽ എപ്പോഴും ഉള്ളിലുണ്ട്.

അവനും ഇതിലൊരവസരം കൊടുക്കാൻ തീരുമാനിച്ചു.

ഇലക്ട്രിസിറ്റി ഓഫീസിലെത്തി.

അവിടെയുള്ള ഒരു ജീവനക്കാരനോട് കാര്യങ്ങൾ പറഞ്ഞു.

അദ്ദേഹം ‘നിങ്ങളുടെ പ്രദേശത്തെ ലൈൻമാൻ വന്നിട്ടില്ല. വേറൊരു സ്ഥലത്ത് വർക്കിലാണ്. വന്നാൽ ഉടൻ അവിടേക്ക് വരും’ എന്ന ഉറപ്പ് തന്നു.

എങ്കിലും ഇവിടംവരെ വന്നതല്ലേ. പുസ്തകത്തിൽ ഒന്നെഴു തിവയ്ക്കാം എന്നു കരുതി.

കൂടെയുള്ള പയ്യനോട് കാര്യങ്ങൾ എഴുതാൻ പറഞ്ഞു.

പയ്യൻ ഞെട്ടി.

‘അയ്യോ എനിക്ക് മലയാളം എഴുതാൻ അറിയില്ല.’

ഇതുകേട്ട ഞാനും ഒന്നു ഞെട്ടി.

‘താൻ എന്താ പഠിക്കുന്നത്?’

‘ഡിഗ്രിക്ക്.’

‘കേരളത്തിലല്ലേ പഠിച്ചത്. പിന്നെന്താ മലയാളം അറിയില്ലാ യെന്നു പറയണത്?’

‘മലയാളം എഴുതാൻ പറ്റില്ല. ഇംഗ്ലീഷിൽ എഴുതാം.’

‘അതുവേണ്ട. എല്ലാവർക്കും ഇംഗ്ലീഷ് അറിയണമെന്നില്ല.

നമ്മൾ ഓരോ സാഹചര്യവും സന്ദർഭവും നോക്കിവേണ്ടേ ഭാഷ പ്രയോഗിക്കാൻ. നമുക്ക് പാവം മലയാളം മതി. താൻ ഒന്നു ശ്രമിച്ചുനോക്കൂ'

പയ്യൻ വീണ്ടും 'അയ്യോ' എന്ന് നിലവിളിക്കാൻ തുടങ്ങി.

ഇനിയും നിർബന്ധിച്ചാൽ അവൻ വയലന്റാകുമോയെന്നു തോന്നി.

ഞാൻ തന്നെ നാലുവരി കുറിച്ചുവച്ചു.

അവിടെനിന്നും തിരിച്ചുവരുമ്പോൾ എങ്ങനെയാണ് മലയാളം അറിയാതെ മലയാളനാട്ടിൽ കുട്ടികൾ പഠിച്ചുവളരുന്നത് എന്ന് എത്ര ആലോചിച്ചിട്ടും പിടി കിട്ടിയില്ല. ഇത് കുട്ടികളുടെ കുറ്റമാണോ അധ്യാപകരുടെ കുറ്റമാണോ അല്ലെങ്കിൽ രക്ഷിതാക്കളുടെ കുറ്റമാണോ. അതോ ഒരാവശ്യവും ഇല്ലാതെ ഇതിനെക്കുറിച്ച് ചിന്തിക്കുന്ന എന്റെ കുറ്റമാണോ എന്ന് ഇപ്പോഴും അറിയുന്നില്ല.

നാടോടികൾ

ഇറങ്ങാനുള്ള സ്റ്റോപ്പ് എത്താറായപ്പോൾ ബസ്സിന് വേഗത കുറയുന്നുണ്ടോയെന്നു സംശയം.

ഓഫീസ് പ്രവൃത്തിസമയം തുടങ്ങാൻ കുറച്ചു മിനിറ്റുകളെ ഉള്ളൂ.

ഇന്ന് പതിവിലും വൈകിയോ വണ്ടി? വഴിയിൽ പല സ്ഥലത്തും എന്തൊരു ട്രാഫിക് ബ്ലോക്കായിരുന്നു. എങ്ങനെ വൈകാതിരിക്കും.

ഇങ്ങനെ പല കാര്യങ്ങളും ചിന്തിച്ച് നേരം വൈകുന്നതിന്റെ ന്യായീകരണം കണ്ടെത്തിയെങ്കിലും കുറച്ചുനേരത്തേ വീട്ടിൽനിന്നും പുറപ്പെട്ടാൽ ഇങ്ങനെ ധൃതി പിടിക്കേണ്ടതില്ലല്ലോയെന്നു ചിന്തിക്കാൻ തോന്നുന്നില്ല.

അത് എപ്പോഴും അങ്ങനെയാണല്ലോ.

സ്വയം വിമർശനത്തിന്റെ പടികളിലെത്തുമ്പോൾ നാം വിഷയത്തിൽനിന്നും പിൻവലിയുന്നു.

ചിന്തകൾ ഇങ്ങനെ പോകവേ ഒടുവിൽ ബസ്സിറങ്ങാനുള്ള സ്റ്റോപ്പിലെത്തി.

വേഗം ചാടിയിറങ്ങി.

ഓഫീസിലേക്ക് കുറച്ചുദൂരം നടക്കണം. നടത്തത്തിന്റെ വേഗത കൂട്ടി.

ഇടയ്ക്കിടെ വാച്ചിലേക്കു നോക്കിയാണ് നടത്തം. സമയമുണ്ട്. കൃത്യസമയത്തുതന്നെ ഓഫീസിലെത്താൻ കഴിയും.

നിത്യവും നടന്നുപോകുന്ന ഈ വഴിയിൽ ധാരാളം നാടോടികൾ.

ഇന്നലെ ഓഫീസിൽനിന്നും പോകുമ്പോൾ ഇവരെ കണ്ടില്ല.

സ്ത്രീകളും പുരുഷന്മാരും കുട്ടികളുമായി ധാരാളം പേർ. റോഡിന്റെ ഇരുവശങ്ങളിലും കൂടിയിരുന്ന് സംസാരിക്കുകയും ഭക്ഷണം പാകം ചെയ്യുകയും വഴക്കിടുകയും ചെയ്യുന്നു. എല്ലാവരുടേയും വേഷങ്ങൾ മുഷിഞ്ഞു നാറിയതും. കണ്ടാൽ അറക്കുന്ന മനുഷ്യകോലങ്ങൾ.

ജീവിതത്തിൽ ധാരാളം ഭിക്ഷാടകരെ കണ്ടിരിക്കുന്നു. ഇത്രയും വൃത്തിയില്ലാത്ത മനുഷ്യരെ ആദ്യമായാണ് കാണുന്നത്. ഈ കാഴ്ചകൾ എന്റെയുള്ളിലും അറപ്പും വെറുപ്പും കൂടിക്കൂടി വന്നു. എന്നാൽ ഈ ചിന്തകൾക്കിടയിൽതന്നെ വളരെ യാദൃച്ഛികമായി എങ്ങോ വായിച്ചുപോയ ഒരു വാചകം മനസ്സിനെ പിടിച്ചുലച്ചു.

എല്ലാ ജീവജാലങ്ങളുടെയും ഹൃദയത്തിൽ ഈശ്വരൻ വസിക്കുന്നു.'

ഇത് എന്റെ ചിന്തകളെ നിമിഷങ്ങൾക്കുള്ളിൽ മാറ്റിമറിച്ചു.

ഇല്ല. ഇവർ മനുഷ്യർ തന്നെ. വെറുക്കപ്പെടേണ്ടവർ അല്ല. എന്റെ തോന്നലുകൾ ശരിയല്ല. കുറച്ചുകൂടി നടന്ന്... മുന്നോട്ടു പോയപ്പോൾ ഒരു കൂട്ടം നാടോടികുട്ടികൾ. പല പ്രായത്തിലുള്ളവർ ചെളിവെള്ളത്തിൽ ആർത്തുല്ലസിച്ചുകളിക്കുന്നു. നല്ല മിടുക്കന്മാർ. ഇവരെ ഈ നാടോടികൾക്കിടയിൽനിന്നും രക്ഷപ്പെടുത്തിയാലോ.

ഉള്ളിലെ വിപ്ലവചിന്തകൾ തല പൊക്കി. ഈ കുട്ടികൾക്കിടയിൽനിന്നും സമൂഹത്തിന് ഉപകരിക്കുന്നവരെ നാളെ ലഭിക്കും.

ഈ ചിന്തകൾക്കൊപ്പംതന്നെ തിരിഞ്ഞ് പിന്നിലേക്കു നോക്കിയപ്പോൾ നാടോടികൂട്ടങ്ങളെ ഒന്നുകൂടി കണ്ട് അനാവശ്യമായി ഒരു സാഹസത്തിന് മുതിരണോ.?

പെട്ടെന്ന് ഉയർന്ന വിപ്ലവചിന്തകളെ ഓഫീസ്, വീട്, സ്റ്റാറ്റസ് തുടങ്ങിയവയാൽ പെട്ടെന്നുതന്നെ മൂടിക്കെട്ടി കുറച്ചുകൂടി വേഗത്തിൽ നടന്ന് ഓഫീസിലെത്തി ജോലി തുടങ്ങി.

സേവനം

'ഒരു മനുഷ്യനായാൽ ദിവസവും മറ്റുള്ളവർക്ക് വേണ്ടി ഒരു ചെറിയ സഹായമെങ്കിലും ചെയ്യണ്ടേ.'

ചോദ്യം ഉള്ളിൽ തിങ്ങിമുട്ടുന്നു.

'അതെ. എന്തെങ്കിലുമൊക്കെ ഒരു സഹായം സഹജീവികൾക്ക് ചെയ്യാതെ എങ്ങനെയാണ് ഉറങ്ങുക.'

എന്തായാലും രണ്ടും കല്പിച്ച് വീട്ടിൽനിന്നും പുറത്തുപോകാൻ തീരുമാനിച്ചു.

എന്തിനാണെന്നോ എവിടേക്കാണെന്നോ ഒരു നിശ്ചയവുമില്ല.

നടന്നുപോകണോ, വണ്ടിയിൽ പോകണോ.

അതും ഒരു തീരുമാനമാകാതെ നീളുന്നു.

ഒടുവിൽ ചിന്തകൾക്ക് വിരാമമിട്ട് ബൈക്ക് സ്റ്റാർട്ടു ചെയ്ത് കുറച്ചുദൂരം പോയപ്പോഴാണ് പ്രത്യേകിച്ച് ഒരു ലക്ഷ്യവുമില്ലാതെ എങ്ങോട്ടേക്കാണ് ഈ യാത്രയെന്നു തോന്നിയത്.

കുറച്ചുദൂരം കൂടിപോയപ്പോൾ വഴിയരികിൽ ഒരു കാരണവർ സഹായം ചോദിച്ച് കൈ കാണിച്ചു.

ഇതാ ഒരവസരം തന്നെ തേടിയെത്തിയിരിക്കുന്നുവല്ലോ.

സന്തോഷത്തോടെ വണ്ടി നിർത്തി.

'മോനേ ഇവിടുന്ന് മൂന്നു കിലോമീറ്റർ ദൂരെ ഒരു സ്ഥലത്തേക്ക് പോകാനാണ്. ഒന്ന് കൊണ്ടാക്കി തരാമോ?'

ഇതു കേട്ടപാടെ, 'അതിനെന്താ, കേറിക്കോളൂ' എന്ന് സ്നേഹത്തോടെ പറഞ്ഞു. താനും ഇങ്ങനെ ഒരവസരത്തിനായി കാത്തിരിക്കുകയായിരുന്നല്ലോ.

'കേറിക്കോളൂ. ചേട്ടന് ബൈക്കിൽ യാത്ര ചെയ്ത് ശീലമുണ്ടോയെന്ന്' ചോദിച്ചപ്പോൾ 'പിന്നെ... എത്ര തവണ പോയിരി

ക്കുന്നു' എന്ന മറുപടി എന്നിലെ എല്ലാ ആശങ്കകളേയും അകറ്റി.

അദ്ദേഹം വണ്ടിയിൽ കയറിയിരുന്നു.

മെല്ലെ വണ്ടി ഓടിത്തുടങ്ങി.

എന്തായാലും വയസ്സായ ഒരു കാരണവർക്കുവേണ്ടി എന്തെങ്കിലും ചെയ്യാൻ കഴിഞ്ഞല്ലോ എന്ന സന്തോഷം ഉള്ളിൽ നിറഞ്ഞു.

കുറച്ചു ദൂരം പോയപ്പോൾ വണ്ടി ബാലൻസ് തെറ്റുന്നു. ഞാൻ പരമാവധി നേരെ ഓടിക്കാൻ ശ്രമിക്കുമ്പോഴും വണ്ടി ആടിയാടി പോകുന്നു. ഇത് എന്തുകൊണ്ടാണെന്ന് മനസ്സിലാവുന്നില്ല.

ഞാൻ വേഗത കുറച്ച് മെല്ലെ പിന്നിലേക്ക് തിരിഞ്ഞുനോക്കി.

കാരണവർ നല്ല ആട്ടമാണ്.

'ചേട്ടാ ഒന്ന് ശരിക്ക് ഇരിക്ക്. വണ്ടി ബാലൻസ് തെറ്റുന്നു.'

മൂപ്പർ ഇതൊന്നും കേട്ട ഭാവമില്ല.

വണ്ടി റോഡരുകിൽ നിർത്തി കാരണവരോട് ഇറങ്ങാൻ പറഞ്ഞു.

'ചേട്ടൻ ബൈക്കിലിരുന്ന് ഉറക്കം തൂങ്ങുകയാണോ. ഒരു സഹായം ചെയ്യാമെന്നു വിചാരിച്ചപ്പോൾ ഉപദ്രവിക്കുകയാണോ.'

'മോനേ അല്പം ഒന്നു മിനുങ്ങി.'

ഇതുകേട്ടപ്പോൾ അല്പം ദേഷ്യത്തോടെ ഞാൻ ചോദിച്ചു.

'ചേട്ടൻ മദ്യം കഴിച്ചിട്ടാണോ ബൈക്കിൽ കയറിയത്. പിന്നെ അല്പമൊന്നുമല്ല കഴിച്ചത്. അല്പംപോലും ബാക്കിവെച്ചിട്ടുണ്ടാവില്ല. ചേട്ടൻ നല്ല ഫിറ്റാണ്. ബസ്സിലോ ഓട്ടോയിലോ കേറി പോകൂ. ഞങ്ങളെ പോലെയുള്ളവരെ ബുദ്ധിമുട്ടിക്കല്ലേ. നിങ്ങളെങ്ങാനും ഇതിനുമുകളിൽനിന്നും വീണിരുന്നെങ്കിൽ എല്ലാ കുറ്റവും എന്റെ തലയിലായേനെ.'

ഇത്രയും പറഞ്ഞപ്പോഴേക്കും കാരണവർ കുടിയന്മാരുടെ സ്ഥിരം ശൈലിയിൽ കൈ കൂപ്പി വിനയം അഭിനയിച്ചു.

എന്നാലും എന്റെ ദേഷ്യത്തിൽ ഒരു കുറവും വരുത്താതെ ഞാനും അങ്ങനെതന്നെ നിന്നു.

എന്റെ കനത്ത നോട്ടവും നിശ്ശബ്ദതയും മൂപ്പർക്ക് പന്തികേടായിട്ട് തോന്നിയിട്ടുണ്ടാകും.

മെല്ലെ ആടിക്കൊണ്ട് മുന്നോട്ടു നടന്നുനീങ്ങി.

നടത്തത്തിന്റെ രീതി കണ്ടപ്പോൾ കാര്യങ്ങളുടെ ഗൗരവം തീർത്തും മനസ്സിലായി.

ആരുടെയോ മഹാഭാഗ്യംകൊണ്ടു മാത്രം ഒന്നും സംഭവിച്ചില്ല. അല്ലെങ്കിൽ ആശുപത്രിയും കേസും തർക്കങ്ങളുമായി കഥ എങ്ങോട്ടുവേണമെങ്കിലും തിരിയാനും അഥവാ തിരിഞ്ഞില്ലെങ്കിൽ കാര്യങ്ങളെ എങ്ങനെ വേണമെങ്കിലും വളച്ചൊടിക്കാനും കഴിവുള്ള ഒരു സമൂഹത്തിലാണല്ലോ ഞാൻ ജീവിക്കുന്നത്. ഇന്നത്തെ സേവനം തൽക്കാലം നിർത്തിവെച്ച് വീട്ടിലേക്ക് തിരിച്ചു.

ഒറീസാക്കാരൻ

ഒരു ദീർഘയാത്രയ്ക്കായി ഒരുങ്ങി ദേശീയപാതയിലൂടെ കാർ ഓടിച്ചുപോകവേയാണ് പ്രാതൽ ഇത്രയും കൂടിയ അളവിൽ കഴിക്കേണ്ടിയിരുന്നില്ല എന്ന തോന്നൽ കലശലായത്. ഭക്ഷണത്തിന്റെ അളവ് കൂടിയാൽ മയക്കത്തിനുള്ള സാധ്യതയുണ്ട്, വണ്ടിയോടിക്കുമ്പോൾ അനാവശ്യചിന്തകൾ പാടില്ല. ഇന്ന് എല്ലാ കാര്യത്തിനും പോസിറ്റീവ് ചിന്ത പരമ പ്രധാനമാണല്ലോ. അതു മതി. യാത്ര ശുഭപര്യവസാനിക്കും തീർച്ച.

ഇങ്ങനെ ഓരോന്ന് ചിന്തിച്ച് വണ്ടി ഓടിച്ചുകൊണ്ടിരിക്കുമ്പോൾ 'എനിക്കും വിശക്കുന്നു' വെന്ന സിഗ്നലുകൾ തരുന്നു കാർ.

ഉടൻ അടുത്തുകണ്ട പെട്രോൾ പമ്പിലേക്ക് കാർ തിരിച്ചു. ഇന്ധനം നിറയ്ക്കാൻ പാകത്തിന് വണ്ടി നിർത്തി.

ഒരു പയ്യൻ ചിരിച്ചുകൊണ്ട് മുന്നോട്ടുവന്നു.

അവന്റെ മുഖം കണ്ടപാടേ മനസ്സിലായി, മലയാളിയല്ല. അല്ലെങ്കിലും കുറച്ചു കാലങ്ങളായി പല കാര്യങ്ങൾക്കും മലയാളികളെ കിട്ടാനില്ലല്ലോ.

സാരമില്ല. നമുക്ക് കാര്യങ്ങൾ നടക്കണം. പിന്നെ എല്ലാവരും നമ്മുടെ സഹോദരീ സഹോദരന്മാരല്ലേ. അങ്ങനെയല്ലേ പ്രതിജ്ഞ ചൊല്ലി പഠിച്ചത്.

എന്തായാലും പത്താംതരം വരെ ഹിന്ദി പഠിച്ചതല്ലേ. കിട്ടിയ അവസരം മുതലാക്കാം.

ആ പയ്യനോട് എത്ര രൂപയ്ക്കാണ് പെട്രോൾ അടിക്കേണ്ടതെന്ന് ഹിന്ദിയിൽ പറഞ്ഞു.

എപ്പോഴും പെട്രോൾപമ്പുകളിൽ തിരക്കായിരിക്കും.

ഇന്നെന്തോ ഇവിടെ തിരക്കില്ല. അതിനാൽതന്നെ അറിയാവുന്ന കുറച്ച് ഹിന്ദി വാക്കുകൾ ചേർത്ത് ഒപ്പിച്ചു.

തുമാരാ നാം ക്യാഹെ?

ഘർ കഹാം ഹേ?

തും കിത്തനാ പഠാ?

തുടങ്ങിയ കാര്യങ്ങൾ ഒറ്റശ്വാസത്തിൽ ചോദിച്ചു.

എന്റെ ചോദ്യങ്ങൾക്ക് വളരെ മനോഹരമായി ഹിന്ദിയുടെ ചുവ ഒട്ടുമില്ലാതെ അവൻ മലയാളത്തിൽ മറുപടി പറഞ്ഞു.

'വളരെ നന്നായി മലയാളം പറയുന്നുണ്ടല്ലോ?' ഞാൻ ചോദിച്ചു.

'ഞാൻ എട്ടുവർഷമായി കേരളത്തിലാണ്. എനിക്ക് നന്നായി മലയാളം സംസാരിക്കാൻ അറിയാം.'

ആത്മവിശ്വാസം തുളുമ്പുന്ന വാക്കുകൾ കേട്ടപ്പോൾ വളരെ സന്തോഷം തോന്നി. കേരളത്തിൽ ജനിച്ചുവളർന്നവരുടെ മലയാളം പലപ്പോഴും അരോചകമായി തോന്നിയിട്ടുണ്ട്. എന്തായാലും ഈ അനുഭവം സന്തോഷവും പുതിയ അറിവുകളും പകർന്നു.

കാർ സ്റ്റാർട്ടാക്കുമ്പോൾ 'ശരി കാണാം' എന്നു പറഞ്ഞുതന്നെ സംഭാഷണം അവസാനിപ്പിച്ചു.

മാർക്കറ്റിംഗ്

ആംബുലൻസിൽനിന്നും സ്ട്രെക്ച്ചർ ഇറക്കുമ്പോൾ സ്വാഭാവികമായി അതിൽ പിടിക്കുവാൻ കൈകൾ നീട്ടി. ഞങ്ങൾ കൊണ്ടുപോകാമെന്ന് സുഹൃത്തുക്കൾ പറഞ്ഞു.

റോഡിൽനിന്ന് തറവാട്ടിലേക്കുള്ള ഇടുങ്ങിയ നടവഴിയിലൂടെ വളരെ കഷ്ടപ്പെട്ടാണ് അവർ നടന്നുനീങ്ങിയത്. നീറുന്ന മനസ്സും, ക്ഷീണിച്ച ശരീരവുമായി ഞാനും അവർക്കു പിന്നാലെ നടന്നു.

അകത്തെ നടുത്തളത്തിൽ ഏതാണ്ട് നടുഭാഗത്ത്തന്നെ അനുജന്റെ ചേതനയറ്റ ശരീരം പൊതുദർശനത്തിനായി വച്ചു. ആളുകൾ ഉച്ചത്തിലും നിശബ്ദമായും കരയുന്നു. എത്രയോ നാളുകൾ ഒന്നിച്ചിരുന്ന് സംസാരിക്കുകയും ഭക്ഷണം കഴിക്കുകയും, ടി.വി കാണുകയും ചെയ്തിരുന്ന മുറിയിൽതന്നെ അവസാന നിമിഷങ്ങൾക്കായി കിടത്തിയിരിക്കുന്നു. അവിടെ നിൽക്കുമ്പോൾ ഓർമ്മകൾ കൂടുതൽ വേദനിപ്പിക്കുന്നു.

ഞാൻ മെല്ലെ ഉമ്മറത്തേക്ക് നടന്നു.

ഒരു കൂട്ടുകാരൻ അടുത്തേക്ക് വന്നുപറഞ്ഞു.

'ഇന്നലെ പോസ്റ്റ്മോർട്ടം കഴിഞ്ഞ് ഫ്രീസറിൽ വെച്ച ശരീരമാണ്. അധികനേരം പുറത്തുവയ്ക്കാൻ പറ്റില്ല. വേഗം മറ്റു കാര്യങ്ങൾ ചെയ്യണം.'

'ഇവിടുന്ന് രണ്ടുമണിക്കൂർ കഴിഞ്ഞ് കൊണ്ടുപോകാം.'

മറുപടി പറഞ്ഞു.

ഭാരതപ്പുഴയുടെ തീരത്താണ് ഉദ്ദേശിക്കുന്നത്.

പരിചയമുള്ള പലരും അടുത്തുവന്ന് സാന്ത്വനവാക്കുകളാൽ സമാധാനപ്പെടുത്തിക്കൊണ്ടിരുന്നു.

കുറച്ചുനേരം കഴിഞ്ഞപ്പോൾ അവിടെനിന്നും അകത്തുപോയി ഒരു മൂലയിൽ നിശ്ശബ്ദനായി നിന്നു.

അവിടെ അപരിചിതനായ ഒരാൾ നിൽപ്പുണ്ടായിരുന്നു.

അയാൾ മെല്ലെ അടുത്തേക്കു വന്നു. അനുജന്റെ സുഹൃത്തായിരിക്കുമെന്നാണ് കരുതിയത്.

അല്പസമയത്തെ സാന്ത്വനവാക്കുകൾക്കൊപ്പംതന്നെ പോക്കറ്റിൽനിന്നും ഒരു വിസിറ്റിംഗ് കാർഡ് എടുത്ത് തന്നിട്ട് പറഞ്ഞു.

'എന്റെ സാറ് ആക്സിഡന്റ് കേസുകൾ കൈകാര്യം ചെയ്യുന്നതിൽ മിടുക്കനായ വക്കീലാണ്. നല്ല തുക വാങ്ങിച്ചെടുക്കാം.'

അയാളിതു പറയുമ്പോഴും എന്റെ ശ്രദ്ധ ചലനമറ്റുകിടക്കുന്ന അനുജനിലായിരുന്നു.

ഒരാൾ മരിച്ചുകിടക്കുമ്പോൾപോലും ബിസിനസ്സ് പറയാൻ കഴിയുന്ന ഇയാൾ മനുഷ്യൻതന്നെയാണോ എന്ന് തോന്നി. അയാളോടുള്ള വെറുപ്പും ദേഷ്യവും ഉള്ളിലെ വേദനയും കടിച്ചമർത്തി അവിടെനിന്നും മാറിനിന്നു.

അല്പം കഴിഞ്ഞപ്പോൾ നിളാതീരത്തേ യാത്രയ്ക്കുള്ള സമയമായി എന്ന് ആരോ സൂചിപ്പിച്ചു. കൂട്ടക്കരച്ചിലുകൾ ഉയർന്നു.

കല്ലുംമണ്ണും നിറഞ്ഞ നാട്ടുവഴിയിലൂടെ അവസാനയാത്രയ്ക്കായി ആംബുലൻസ് തയ്യാറായിനിന്നു.

ആൾക്കൂട്ടത്തിനിടയിലും അയാൾ നിൽപ്പുണ്ടായിരുന്നു.

അയാളിൽനിന്നും ഞാൻ ശ്രദ്ധ മറ്റുള്ളവരിലേക്ക് തിരിച്ച് നിശ്ശബ്ദനായി വണ്ടിയിൽ കയറിയിരുന്നു.

വർഷങ്ങൾ കടന്നുപോയെങ്കിലും ഹൃദയത്തിൽ തീവ്രവേദന സമ്മാനിച്ച അന്നത്തെ ആ നിമിഷങ്ങൾ ഇന്നും ഓർമ്മയിൽ തങ്ങിനിൽക്കുന്നു.

നാണയങ്ങൾ

ആശുപത്രി കട്ടിലിന്റെ താഴെ പുതപ്പ് വിരിച്ച് ഒരുഭാഗത്തേക്ക് ചെരിഞ്ഞുകിടന്നുകൊണ്ട് കൈയിലെ ചില്ലറകൾ ഓരോന്നായി ചേർത്തുവച്ച് എണ്ണിനോക്കി.

കൃത്യം ഒമ്പതുരൂപ അമ്പതു പൈസ.

ഇനി ഇതേയുള്ളൂ.

രണ്ടുമൂന്നുദിവസം മുമ്പ് കുറച്ചുനോട്ടുകൾ തലയിണക്കിടയിൽനിന്ന് എടുത്തുതന്നിട്ട് അച്ഛൻ പറഞ്ഞു,

'ഇതെല്ലാം കൈയിലിരിക്കട്ടെ. അത്യാവശ്യം വേണ്ട മരുന്നും ഭക്ഷണവും മാത്രം വാങ്ങുക. ഇനി ഇതേയുള്ളൂ.'

രണ്ടുദിവസമായി മരുന്നുകളും ഭക്ഷണവും വാങ്ങി കുറച്ചു ടെസ്റ്റുകളും നടത്തി കഴിഞ്ഞപ്പോൾ പിന്നെ ബാക്കി ചില്ലറകൾ മാത്രം. അച്ഛന് ചികിത്സ തുടങ്ങിയിട്ട് കുറച്ചുമാസങ്ങളായി.

കാലിലെ പഴുപ്പ് കുറയുന്നില്ല.

വേനലവധി കഴിഞ്ഞ് സ്കൂൾ തുറക്കാറായി. ഇനിയും എത്ര നാൾ വേണ്ടിവരും.

കുറച്ചുമുമ്പ് ഡോക്ടർ പരിശോധിച്ചപ്പോൾ പറഞ്ഞത്, 'പുതിയ ഒരു ഗുളിക കൂടി എഴുതിയിട്ടുണ്ട്. ഇത് കഴിച്ചാൽ ഷുഗർ കുറയും. അതോടെ പഴുപ്പും മാറും. ഒന്നുരണ്ടാഴ്ചയ്ക്കകം വീട്ടിൽ പോകാം.'

കൈയിലെ ചില്ലറകൾകൊണ്ട് ഇത്രയുംനാൾ എങ്ങനെയാണ് കഴിച്ചുകൂട്ടുക. അറിയാവുന്ന പലരിൽനിന്നും കടം വാങ്ങിക്കഴിഞ്ഞു.

കഴിഞ്ഞയാഴ്ച ആരോ പറഞ്ഞിട്ട് വളരെ പ്രതീക്ഷയോടെയാണ് ഒരാളോട് സഹായം ചോദിച്ചത്. പണംതന്നില്ലെന്നു മാത്രമല്ല പരുഷമായ ഭാഷയിൽ അപമാനിച്ചു.

ഇനിയും ആരുടേയും മുമ്പിൽ കൈ നീട്ടുന്നത് ശരിയല്ല. ഇത്തരം അനുഭവങ്ങൾ ആവർത്തിച്ചാൽ മനുഷ്യസമൂഹത്തിനോട്തന്നെ വെറുപ്പു തോന്നിയേക്കും.

ഇപ്പോൾത്തന്നെ അയാളോട് ദേഷ്യം തോന്നുന്നുണ്ട്. കിടന്ന കിടപ്പിൽ ഇത്രയും കാര്യങ്ങൾ ആലോചിച്ചുകൂട്ടി.

'നിങ്ങടെ മകനെവിടെ?'

ഒരു നേഴ്സ് മരുന്നിന്റെ ലിസ്റ്റുമായി അച്ഛനോട് ചോദിച്ചു.

ഞാൻ മെല്ലെ കട്ടിലിന്റെ അടിയിൽനിന്ന് എണീറ്റ് 'ഇവിടെയുണ്ടെന്ന്' പറഞ്ഞു.

'ഇന്നുമുതൽ ഈ ലിസ്റ്റിലെ മരുന്നുകൾ കഴിച്ചാൽ മതി. പഴയ ലിസ്റ്റിലെ മരുന്നുകളും പുതിയ ഗുളികയും ഇതിലെഴുതിയിട്ടുണ്ട്. ഓടിപ്പോയി വാങ്ങിവരൂ.'

ചെറുചിരിയോടെ നിർദ്ദേശം തന്ന് അവർ പോയി.

താഴെ പുതപ്പിൽ കിടന്ന ചില്ലറകൾ മുഴുവൻ എടുത്ത് കീശയിലിട്ടു. ഫാർമസി ലക്ഷ്യമാക്കി നടക്കുമ്പോഴും ഇത്രയും മരുന്നുകൾ എങ്ങനെ വാങ്ങുമെന്ന ചിന്തയായിരുന്നു.

തൽക്കാലം ഇന്നത്തേക്കു മാത്രമുള്ള മരുന്നുകൾ വാങ്ങുക.

ഫാർമസിയിലെ ജീവനക്കാരിയോട് ലിസ്റ്റ് കൊടുത്ത് ഒരുദിവസത്തേക്കുള്ള ഗുളികൾക്കുള്ള തുക ആരാഞ്ഞു.

എല്ലാംകൂടി രണ്ടുരൂപയിൽ താഴെ മാത്രമേ വരൂ എന്നറിഞ്ഞു.

'ഒരുദിവസത്തേക്കുള്ള ഗുളികകൾ തരൂ'എന്ന് പറഞ്ഞു.

വാർഡിൽ തിരിച്ചെത്തി കട്ടിലിനടുത്തുള്ള ചെറിയ മേശയിൽ ഗുളികകൾ വെച്ചു. അല്പസമയത്തിനുശേഷം കഞ്ഞി കിട്ടിയാൽ കുടിക്കാമെന്ന് അച്ഛൻ പറഞ്ഞു.

പാത്രവുമായി കാന്റീൻ ലക്ഷ്യമാക്കി നടന്നു.

അടുത്തതായി ഇനി ഭക്ഷണത്തിന്റെ കാര്യം എന്തു ചെയ്യണമെന്ന ചിന്തയായി.

തൽക്കാലം രണ്ടുപേർക്കുള്ള കഞ്ഞി വാങ്ങുക.

ഒരു പാത്രം നിറയെ കഞ്ഞിക്ക് അമ്പതു പൈസയേയുള്ളു. മറ്റൊന്നും വാങ്ങിയില്ല. അച്ഛൻ കുറച്ച് കഞ്ഞി കുടിച്ചു. കുറച്ചുകൂടി കുടിക്കാൻ പറഞ്ഞെങ്കിലും കഴിച്ചില്ല. എന്നോട് കഴിക്കാൻ പറഞ്ഞു.

വൈകിട്ടും ഇതുപോലെതന്നെയായിരുന്നു.

അങ്ങനെ ഒരു ദിനം കടന്നുപോയി.

രാത്രിയിൽ നാണയത്തുട്ടുകൾ എണ്ണിനോക്കി. ഏഴുരൂപയിൽ താഴെയായിരിക്കുന്നു. അടുത്ത ദിവസവും ഇതുതന്നെ ആവർത്തിച്ചു. അച്ഛന് മറ്റെന്തെങ്കിലും വാങ്ങിക്കൊടുക്കുവാൻ തോന്നിയെങ്കിലും ഒരു നിവൃത്തിയുമില്ല. ചില്ലറകൾ ഓരോന്നും കുറയുമ്പോഴും മരുന്ന് വാങ്ങാനുള്ള കാര്യം ഓർമ്മയിൽ വരും. കാന്റീനിലെ ചില്ലുകൂട്ടിലേക്ക് നോക്കാറില്ല. അവിടെ ഇഷ്ടപ്പെട്ട എണ്ണപ്പലഹാരങ്ങൾ പലതുമുണ്ട്. വളരെ ശ്രമപ്പെട്ട് എവിടേക്കെങ്കിലും നോക്കിനിൽക്കും. കഞ്ഞിപാത്രം നിറച്ചുകിട്ടിയാൽ വേഗം വാർഡ് ലക്ഷ്യമാക്കി നടക്കും. ഇനിയും എത്രനാൾ ഇങ്ങനെ മുന്നോട്ടു പോകും എന്ന ചിന്തയുമായാണ് അന്ന് ഉറങ്ങാൻ കിടന്നത്.

പിറ്റേന്ന് രാവിലെയെണീറ്റതും ചായ വാങ്ങി വരാമെന്ന് പറഞ്ഞു.

'വേണ്ട, നീ രണ്ടുദിവസമായി ആ ചില്ലറത്തുട്ടുകൾ എണ്ണുന്നത് ഞാൻ കാണുന്നുണ്ട്. ഇതിന്റെയെല്ലാം കാരണക്കാരൻ ഞാൻ തന്നെയാണല്ലോ. എത്രയോ പണം ഞാൻ ശ്രദ്ധയില്ലാതെ നശിപ്പിച്ചുകളഞ്ഞിരിക്കുന്നു. അതിന്റെ തിരിച്ചടികളാണിതെല്ലാം. നീ ഇതിൽനിന്നും ഒരു പാഠം പഠിക്കണം. നിന്റെ ജീവിതത്തിൽ പണത്തെ സ്നേഹത്തോടെയും ശ്രദ്ധയോടെയും വളരെ ബഹുമാനത്തോടെയും സൂക്ഷിച്ച് ചെലവാക്കണം.'

ഇത്രയും പറയുമ്പോഴേക്കും അച്ഛന്റെ തൊണ്ടയിടറി കണ്ണുനീർ ഒഴുകി തുടങ്ങിയിരുന്നു.

പ്രഭാതത്തിലെ ഉപദേശം അനുഭവങ്ങളുടെയും തിരിച്ചറിവിന്റെയും കുറ്റബോധത്തിന്റെയും ആകെ തുകയായതിനാൽ എന്റെയും ഹൃദയത്തെ അത് ആഴത്തിൽ സ്പർശിച്ചു.

കുറച്ചുകഴിഞ്ഞ് നേഴ്സ് ഒരു കുറിപ്പുമായി വന്നു.

'ബ്ലഡ് ടെസ്റ്റ് ചെയ്യണം.'

കുറിപ്പ് കൈയിൽ വാങ്ങി എന്തുചെയ്യണമെന്നറിയാതെ നിന്നു.

ഇതുകണ്ട് അച്ഛൻ 'വിഷമിക്കേണ്ട. തൽക്കാലം ടെസ്റ്റ് ചെയ്യ

ണ്ട. വേറെ വഴി എന്തെങ്കിലുമുണ്ടോയെന്ന് നോക്കാം.'

അന്നും പതിവുപോലെ അത്യാവശ്യം മരുന്നുകളും ഭക്ഷണവുമായി പകൽ കടന്നുപോയി.

സന്ധ്യയോടെ അച്ഛന്റെ ഒരു സുഹൃത്ത് കാണാൻ വന്നു.

അവർ വിശേഷങ്ങൾ പങ്കുവെച്ചു.

എല്ലാം വേഗത്തിൽ ശരിയായി ജോലിക്ക് വരാൻ കഴിയുമെന്ന് അദ്ദേഹം ആശംസിച്ചു.

പോകാൻ നേരത്ത് അച്ഛന്റെ കൈയിൽ കുറച്ച് നോട്ടുകൾ ചുരുട്ടിവച്ചപ്പോൾ എന്റെ എല്ലാ ശ്രദ്ധയും അതിൽത്തന്നെയായിരുന്നു.

അതിൽ ഒരു നൂറുരൂപ നോട്ട് കണ്ടെത്തിയതിന്റെ സന്തോഷം.

വർഷങ്ങൾ പലതും കഴിഞ്ഞിട്ടും ജീവിതത്തിൽ എന്തെല്ലാം നേട്ടങ്ങൾ ഉണ്ടായിട്ടും ആ നിമിഷങ്ങൾക്കൊപ്പമെത്താൻ കഴിഞ്ഞിട്ടില്ല എന്നതാണ് യാഥാർത്ഥ്യം.

കൺപീലികളിൽ നനവ് പടർന്നിരിക്കുന്നു.

രാവിലെത്തന്നെ ചൂടുകാപ്പിക്കൊപ്പം അറിയാതെ പഴയ ഓർമ്മകളിലേക്കു പോയി.

'അച്ഛാ, ഫ്രിഡ്ജ് ഡബിൾ ഡോർ തന്നെ മതി.'

പത്രത്തിലെ പരസ്യം കാണിച്ചുകൊണ്ട് കുട്ടികൾ പറഞ്ഞു.

'നമുക്ക് ഫ്രിഡ്ജുണ്ടല്ലോ' എന്ന് ചോദിച്ചപ്പോൾ 'അത് പഴയതായി മാറ്റണം. പുതിയ മോഡൽ തന്നെ വേണം' എന്നായി.

സ്വന്തം പഴങ്കഥകെട്ടുകൾ അവർക്ക് ഭാരമാവുമോയെന്നു തോന്നിയതിനാൽ നിശ്ശബ്ദത പാലിച്ച് അവർക്കൊപ്പം ചേർന്നു.

ഒരു സായാഹ്ന കൂടിക്കാഴ്ച

ചരിത്രപ്രസിദ്ധമായ തൃശ്ശൂർപൂരത്തിന്റെ നയനമനോഹരങ്ങളായ കാഴ്ചകളിലൊന്നായ കുടമാറ്റം നടക്കുന്ന തെക്കേ ഗോപുരകവാടവും നോക്കി ഒരു സായാഹ്നത്തിൽ തേക്കിൻകാട്ടിലൂടെ നടക്കുകയായിരുന്നു.

പൂരത്തിന്റെയന്ന് ഇവിടെയൊക്കെ എന്തായിരിക്കും തിരക്ക്. ഇന്ന് വളരെ തിരക്ക് കുറവാണ്. ഏതെങ്കിലും സംഘടനകളുടെ സമ്മേളനമോ, പ്രതിഷേധസദസ്സോ കാണാറുണ്ട്. എന്തിനധികം പറയുന്നു, ചീട്ടുകളിസംഘങ്ങൾപോലും കുറവാണല്ലോ.

ഇങ്ങനെയോരോന്നാലോചിച്ചുകൊണ്ട് നടക്കുമ്പോൾ എന്റെ നേരെ വരുന്നു വർഷങ്ങളായി പരിചയമുള്ള സുഹൃത്ത്.

ഞങ്ങൾ കണ്ടുമുട്ടുമ്പോഴെല്ലാം ഏതെങ്കിലും വിഷയത്തിൽ ചർച്ചയോ തർക്കമോ ഉണ്ടാകാറുണ്ട്. അയാളെ കണ്ടമാത്രയിൽ അതാണ് ഓർമ്മയിൽ വന്നത്.

'ഹലോ, നമ്മൾ തമ്മിൽ കണ്ടിട്ട് കുറച്ച് കാലമായി. കണ്ടുമുട്ടുമ്പോഴെല്ലാം എന്തെങ്കിലും വിഷയത്തിൽ ചർച്ച നടക്കാറുണ്ട്.'

എന്റെ മനസ്സ് വായിച്ചിട്ടെന്നപോലെ അയാൾ പറഞ്ഞു.

'ഞാനും അതിപ്പോൾ ഓർത്തതേയുള്ളു. എന്തൊക്കെയാണ് വിശേഷങ്ങൾ?'

'കുറച്ചു മാസങ്ങൾക്ക് മുമ്പ് അച്ഛൻ മരിച്ചു. അറ്റാക്കായിരുന്നു.'

'ഞാൻ അറിഞ്ഞില്ല. സോറി.'

'അച്ഛനുള്ളപ്പോൾ വീട്ടുകാര്യങ്ങളെപ്പറ്റി അറിയേണ്ടിയിരുന്നില്ല. ഇപ്പോൾ പലതും ആലോചിക്കാനും തീരുമാനിക്കാനും പഠിച്ചുവരുന്നതേയുള്ളു. സാമ്പത്തികപ്രശ്നങ്ങളുണ്ട്.'

'അത് പതുക്കെ മാത്രമേ പഠിച്ച് എടുക്കാൻ കഴിയൂ. ഓരോ

സമയത്തും ഓരോ പ്രശ്നങ്ങളെ അഭിമുഖീകരിക്കേണ്ടിവരും.'

വളരെ അനുഭവസമ്പത്തുള്ളയാളെപ്പോലെ ഞാൻ പറഞ്ഞു.

'ഓ! പതിനഞ്ചാംവയസ്സിൽ വീടുനോക്കാൻ തുടങ്ങിയതാണല്ലോ. തനിക്ക് ഇതൊന്നും പ്രശ്നമാവില്ല.'

'അതൊന്നുമില്ല. ഇപ്പോഴും കീറാമുട്ടികളായ പല വിഷയങ്ങളും ഉണ്ടാകാറുണ്ട്. എല്ലാം തരണം ചെയ്തുപോകുന്നു.'

'ഒരു മനുഷ്യനെ യഥാർത്ഥമനുഷ്യനാക്കുന്നത് കുടുംബമാണ്.'

ഈ വാചകം അയാൾ പറഞ്ഞുതീർന്നതും 'അല്ല സംഘടനയാണ്' എന്ന് ഞാൻ പറഞ്ഞു.

എന്റെ മറുപടി അയാൾ തീരെ പ്രതീക്ഷിച്ചില്ല.

കുടുംബബന്ധങ്ങളിൽനിന്നുമാണ് ഒരാൾ നല്ല ഒരു വ്യക്തിയായി മാറുന്നത്.'

ഇവിടെ എന്തോ തെറ്റുപറ്റിയിട്ടുണ്ടല്ലോയെന്ന് അയാൾ സൂചിപ്പിച്ചപ്പോൾ ഞാനും എന്തുകൊണ്ടാണ് 'സംഘടന' എന്ന വാക്ക് പറഞ്ഞുപോയത് എന്ന് ആലോചിച്ചു.

അയാൾ പറഞ്ഞതുപോലെ കുടുംബബന്ധങ്ങൾക്ക് വളരെ പ്രാധാന്യമുണ്ടല്ലോ.

അല്പസമയം നിശ്ശബ്ദമായി സ്വന്തം ഹൃദയത്തിലേക്ക് ശ്രദ്ധിച്ചു.

ജീവിതത്തിലെ എല്ലാ സാഹചര്യങ്ങളിലും നമ്മുടെ ഹൃദയംതന്നെയാണ് യഥാർത്ഥ വഴികാട്ടി. എല്ലാ അർത്ഥത്തിലും ഹൃദയം നമുക്ക് പ്രിയപ്പെട്ടതാവുന്നു.

അല്പസമയത്തെ നിശ്ശബ്ദതക്കൊടുവിൽ 'താങ്കൾ പറഞ്ഞത് ശരിയാണ്. കുടുംബബന്ധങ്ങൾക്ക് വലിയ സ്വാധീനമുണ്ട്. എന്നാൽ എല്ലാവർക്കും നല്ല കുടുംബസാഹചര്യങ്ങൾ ഉണ്ടാകണമെന്നില്ലല്ലോ.'

'അങ്ങനെയുള്ളവർ എന്തുചെയ്യും?'

ഈ ചോദ്യം സുഹൃത്തിനെ ചിന്താകുലനാക്കി.

സംഘടനകൾ എങ്ങനെയാണ് ഇതിൽ പങ്കുവഹിക്കുകയെന്ന് ചോദിച്ചു.

'ഇത് പറഞ്ഞ് മനസ്സിലാക്കുക പ്രയാസകരമാണ്. എങ്കിലും

ഞാൻ അംഗമായിട്ടുള്ള രണ്ട് പ്രസ്ഥാനങ്ങളുടെ പ്രവർത്തനങ്ങളെപ്പറ്റി ചുരുക്കി പറയാം. പോകാൻ തിരക്കുണ്ടോ?'

'ഇല്ല ധൃതിയില്ല.'

'ഞാൻ ജോലി ചെയ്യുന്ന സ്ഥാപനം അറിയാമല്ലോ.'

'അറിയാം. ഇന്ത്യാരാജ്യത്തിന്റെ വളർച്ചയിൽ മഹത്തായ പങ്കുവഹിച്ചിട്ടുള്ളതും, കുടുംബാംഗങ്ങളുടെ വേർപാടിൽ എത്രയോ കുടുംബങ്ങൾക്ക് സാമ്പത്തികമായി ആശ്വാസമേകിയ പൊതുമേഖലാ സ്ഥാപനമായ എൽ.ഐ.സി അല്ലേ. രാജ്യത്തിന്റെ അഭിമാനസ്ഥാപനം.'

'അതേ. ആ സ്ഥാപനത്തിന്റെ വളർച്ചയിൽ അവിടുത്തെ ജീവനക്കാരെ ഏകോപിപ്പിച്ച് നിർത്തുന്നതിനും ചുമർ ഉണ്ടെങ്കിലേ ചിത്രം വരക്കാനാകൂവെന്ന് നിരന്തരം ഓർമ്മിപ്പിച്ചുകൊണ്ട് സ്ഥാപനത്തിന്റേയും പൊതുമേഖല ഇൻഷൂറൻസിന്റെയും പ്രാധാന്യത്തെപറ്റി ജനങ്ങൾക്ക് അവബോധം നൽകുന്ന അഖിലേന്ത്യാ ഇൻഷൂറൻസ് എംപ്ലോയീസ് അസോസിയേഷന്റെ പ്രവർത്തനങ്ങളെ നിസ്സാരമായി കാണാവുന്നതല്ല. വ്യത്യസ്ത സ്വഭാവരീതികളുള്ള മനുഷ്യരെ ഒന്നിച്ച് നിർത്തുകയെന്നത് വലിയ ഉത്തരവാദിത്തം തന്നെയാണ്. സ്വാർത്ഥതയുടെയും വർഗ്ഗീയതയുടെയും അരിക് ചേർന്ന് നടക്കുകയെന്നത് മനുഷ്യരുടെ പൊതുസ്വഭാവമായി മാറുമ്പോൾ ഇത്തരം സംഘടനകളാണ് മനുഷ്യനെ യഥാർത്ഥ മനുഷ്യനാക്കുന്നത്.'

'പത്രങ്ങളിൽ നിങ്ങളുടെ സംഘടനയെക്കുറിച്ച് ധാരാളം വാർത്തകൾ കണ്ടിട്ടുണ്ട്.'

'രണ്ട് സംഘടനകളെക്കുറിച്ച് പറഞ്ഞല്ലോ...രണ്ടാമത്തേത്?'

'അതും ഒരുപക്ഷേ കേട്ടുകാണും. അന്താരാഷ്ട്രതലത്തിൽ അറിയപ്പെടുന്ന ഒരു പ്രസ്ഥാനമാണ്, ഹാർട്ട് ഫുൾനെസ്സ് ഇൻസ്റ്റിറ്റ്യൂട്ട്.'

'കേട്ടിട്ടുണ്ട്. കൂടുതലായി അറിയില്ല.'

യുദ്ധങ്ങളും കലഹങ്ങളും പ്രകൃതിക്ഷോഭവും പകർച്ചവ്യാധികളും മനുഷ്യമനസ്സുകളിൽ ഭിന്നതകളും ഭയവും ഉത്കണ്ഠയും പടർത്തുമ്പോൾ നാം മനുഷ്യരാണ്, സഹോദരീസഹോദരന്മാരാണ്, പരസ്പരം സ്നേഹിക്കുവാൻ വേണ്ടി സൃഷ്ടി

ക്കപ്പെട്ടവരാണ് എന്ന മഹത്തായ സന്ദേശം നൽകുകയും ആഗോള മാനവഐക്യത്തിനായി ലാഭേച്ഛയില്ലാതെ നിരന്തരം പ്രവർത്തിക്കുന്ന പ്രസ്ഥാനമാണ്. അതുപോലെതന്നെ മനുഷ്യരിൽ പലവിധമായ ന്യൂനതകൾ ഉണ്ടായിരിക്കാം. അവയെ പരിഹരിക്കുന്നതിനായി ശാസ്ത്രീയമായി ചിട്ടപ്പെടുത്തിയ വിവിധ പരിശീലനങ്ങളിലൂടെ അവനിലെ യഥാർത്ഥ വ്യക്തിയെ കണ്ടെത്തുവാൻ സഹായിക്കുന്നു. ഇത് വ്യക്തികളിൽ മാറ്റത്തിന് വഴിയൊരുക്കുന്നു. ഇന്ന് മനുഷ്യൻ സന്തോഷം, സമാധാനം, സ്നേഹം, സംതൃപ്തി തുടങ്ങിയവ തേടിയുള്ള യാത്രയിലാണ് അവനത് പുറത്ത് കണ്ടെത്തുവാനുള്ള ശ്രമത്തിലാണ് ഇതെല്ലാം അവന്റെയുള്ളിൽതന്നെയാണ് കണ്ടെത്തേണ്ടത്. അതിന് ഈ പരിശീലനങ്ങൾ സഹായിക്കുന്നു. തീർച്ചയായും ഏവർക്കും പ്രയോജനപ്പെടുന്നവയാണിത്.

എന്റെ ജോലിയിലും ജീവിതത്തിലും മേൽപ്പറഞ്ഞ രണ്ട് പ്രസ്ഥാനങ്ങളും വളരെയധികം സ്വാധീനം ചെലുത്തിയിട്ടുണ്ട്.

അല്പം വൈകാരികമായി പറഞ്ഞ് നിർത്തിയപ്പോൾ ആശ്ചര്യത്തോടെ സുഹൃത്ത്.

'ഞാൻ സമ്മതിക്കുന്നു. സാമൂഹികപ്രതിപത്തിയോടെ പ്രവർത്തിക്കുന്ന ഇത്തരം സംഘടനകൾ തീർച്ചയായും മനുഷ്യന് അത്യാവശ്യമാണ്.' എപ്പോഴും തർക്കങ്ങളിൽ അവസാനിക്കാറുള്ള ഞങ്ങളുടെ കൂടിക്കാഴ്ച അന്ന് ഹൃദ്യമായി അവസാനിപ്പിച്ച് കൈകൾ കൊടുത്ത് പിരിഞ്ഞു.

'എവിടെയാ ഇറങ്ങുന്നേ?'

കണ്ടക്ടറുടെ ചോദ്യം കേട്ട് തിരിഞ്ഞുനോക്കിയപ്പോഴാണ് സുഹൃത്തിനെ കുറിച്ചുള്ള ഓർമ്മകളിലൂടെയാണ് ഇത്രയും നേരം കടന്നുപോയതെന്ന് അറിഞ്ഞത്.

'ഞാൻ സ്റ്റാൻഡിലേക്കാണ്.'

സ്വരാജ് റൗണ്ടിലൂടെ ഓടിക്കൊണ്ടിരുന്ന ബസ് അപ്പോൾ തെക്കേ ഗോപുരത്തിനടുത്ത് എത്തിയിരുന്നു. കുറച്ചുമുമ്പ് ഓർമകളിൽ അയാളുമൊത്ത് സംസാരിച്ചുനിന്ന സ്ഥലം നേരിൽ കാണുന്നു. എല്ലാം യാദൃച്ഛികം.

രണ്ടുമാസം മുമ്പ് ഒരു ആക്സിഡന്റിൽ ആ സുഹൃത്ത് മരി

ച്ചുപോയി. ഇന്ന് അയാളുടെ ഭാര്യ ഓഫീസിൽ വന്നിരുന്നു. കുറച്ച് പോളിസികൾ എടുത്തിരുന്നതിനാൽ നല്ല ഒരു തുക അവർക്ക് ലഭിക്കും. ഇനിയുള്ള ദിവസങ്ങളിൽ അത് കൊടുത്തു തീർക്കുവാനുള്ള കാര്യങ്ങൾ ചെയ്യണം. ഇനി ആ സുഹൃത്തിനുവേണ്ടി അതു മാത്രമേ ചെയ്യാൻ കഴിയുകയുള്ളു. അങ്ങനെ ഒരിക്കൽക്കൂടി ഇൻഷൂറൻസിന്റെ പ്രാധാന്യം. അടുത്തറിയുവാൻ കഴിഞ്ഞു.

സ്വർണ്ണവളകൾ

ഐ.സി.യുവിന് മുമ്പിലെ കസേരയിൽ ഇരുന്ന് ഒന്ന് മയങ്ങി. വീഴാൻപോയപ്പോൾ അടുത്തിരുന്നയാൾ തട്ടിവിളിച്ചു.

ഇന്നലെ രാത്രി മുഴുവൻ ഉറങ്ങിയിട്ടില്ല. വൈകുന്നേരം മുതലുള്ള ഓട്ടമാണ്. ഒന്ന് മുഖം കഴുകി വരാമെന്ന് കരുതി എഴുന്നേറ്റ് മുന്നോട്ടു നടന്നപ്പോൾ കുറച്ചു ദൂരെ നിൽക്കുന്നത് പരിചയമുള്ള ഒരു ചേച്ചിയാണല്ലോയെന്ന് തോന്നി. ഞാൻ നേരെ അവരുടെ അടുത്തേക്ക് പോയി എന്നെ കണ്ടതും അവർ,

'ഞാൻ കുറച്ചുമുമ്പാണ് അറിഞ്ഞത്. ഉടൻ ബസ്സ് കേറിയിങ്ങ് പോന്നു. മോന് എങ്ങനെയുണ്ട്.'

തമിഴുനാട്ടുകാരായ ചേട്ടനും ചേച്ചിയും അവരുടെ രണ്ട് പെൺകുട്ടികളും കുടുംബസുഹൃത്തുക്കളാണ്. മകനെ വളരെ ഇഷ്ടമാണ്. വർഷങ്ങളായി കേരളത്തിൽ താമസിക്കുന്നുണ്ടെങ്കിലും ചേച്ചിയും ചേട്ടനും ഇപ്പോഴും തമിഴ് കലർന്ന മലയാളമാണ് സംസാരിക്കുന്നത്. എങ്കിലും കേൾക്കാൻ നല്ല രസമാണ്. കൂലി പണി ചെയ്ത് ജീവിക്കുന്നു.

'ഇന്നലെ അത്യാസന്നനിലയിലാണ് ഇവിടെയെത്തിയത്. ഒന്നും പറയാറായിട്ടില്ല.' ഞാൻ പറഞ്ഞു.

'പാമ്പു കടിച്ചൂന്ന് പറഞ്ഞ്കേട്ടു. വേറൊന്നും അറിഞ്ഞില്ല.'

ഇന്നലെ വൈകിട്ട് ഓഫീസിൽനിന്നും ഞാൻ വീട്ടിലെത്തുമ്പോൾ കാലിൽ നല്ല വേദനയുണ്ടെന്ന് പറഞ്ഞ് അവൻ കരയുന്നുണ്ടായിരുന്നു. നോക്കിയപ്പോൾ പ്രത്യേകിച്ച് ഒന്നും കണ്ടില്ല. കളിക്കുമ്പോഴെന്തെങ്കിലും കൊണ്ടതാകാമെന്നാണ് കരുതിയത്. വീണ്ടും വേദന സഹിക്കാൻ പറ്റാതായപ്പോൾ അടുത്തുള്ള ആശുപത്രിയിൽ കൊണ്ടുപോയി ഡോക്ടറെ കാണിച്ചുവെങ്കിലും കാൽ

ഉളുക്കിയതായിരിക്കാമെന്നാണ് പറഞ്ഞത്. പക്ഷെ, കുറച്ചു സമയം കഴിഞ്ഞപ്പോൾ അവന് സംസാരിക്കുവാൻ പറ്റാതായി. ഉടനെയവിടെനിന്നും ഇവിടേക്ക് കൊണ്ടുവന്നെങ്കിലും കാര്യങ്ങളെല്ലാം കൈവിട്ടുപോയിരുന്നു.

രാത്രിയിലാണ് പാമ്പു കടിച്ചതാണെന്ന് ഉറപ്പായത്. ഇതിനോടകം വിഷം കാലിൽനിന്ന് മുകളിലേക്ക് എത്തിക്കഴിഞ്ഞിരുന്നു. ഇവിടെയെത്തിയപ്പോൾ എല്ലാം കഴിഞ്ഞെന്നാണ് ഡോക്ടർ പറഞ്ഞത്. പിന്നെ ഒരു ശ്രമം എന്ന നിലയിൽ ഓക്സിജൻ കൊടുത്തുനോക്കി. അതു ഫലിച്ചു. ഇപ്പോഴും വെന്റിലേറ്ററിൽ തന്നെയാണ്.

ഇത്രയും കേട്ടപ്പോഴേക്കും അവർ ഉറക്കെ കരഞ്ഞു.

ഞാൻ അല്പസമയം മൗനം പാലിച്ചു.

കുറച്ചുകഴിഞ്ഞ്,

'ഒന്നും ഉണ്ടാവില്ല. എല്ലാം ശരിയാകും. കടവുൾ കാപ്പാത്തും.'

'ശരിയാണ് ചേച്ചി. ഇപ്പോൾ നല്ല പ്രതീക്ഷയുണ്ട്. സുഹൃത്തുക്കളെല്ലാം വിളിച്ചപ്പോഴും ഇതു തന്നെയാണ് പറയുന്നത്.'

'ഇത് വലിയ ആശുപത്രിയല്ലേ. പണം ധാരാളം വേണ്ടിവരില്ലേ.'

ഇതുപറഞ്ഞുകൊണ്ട്തന്നെ അവർ കൈയിലെ ആകെയുള്ള രണ്ട് വളകൾ ഊരിയെടുക്കാൻ തുടങ്ങി.

ഞാൻ തടഞ്ഞു. 'ചേച്ചീ പണത്തിന് കുറവില്ല. ഇന്നലെ രാത്രിയിൽ തന്നെ ധാരാളം കൂട്ടുകാർ എത്രവേണമെങ്കിലും തരാമെന്ന് പറഞ്ഞിട്ടുണ്ട്. നിങ്ങളുടെയൊക്കെയീ മനസ്സു മാത്രം മതി.'

ഞാൻ ഇത് പറയുമ്പോഴും അവർക്കത് വിശ്വസിക്കാൻ കഴിഞ്ഞില്ല.

വീണ്ടും ആ വളകൾ ഊരിയെടുക്കാനുള്ള ശ്രമം തുടങ്ങി.

'ഇത് വിൽക്കുകയോ പണയം വയ്ക്കുകയോ ചെയ്യ്. ചികിത്സക്ക് പണം വേണ്ടി വരും.'

അവരെ കാര്യങ്ങൾ പറഞ്ഞ് ബോധ്യപ്പെടുത്തുക എളുപ്പമല്ലായെന്ന് തോന്നി.

ഞാൻ പറഞ്ഞു.

'ശരി, ഇപ്പോൾ കൈയിൽ പണമുണ്ട്. ആവശ്യം വന്നാൽ

ഞാൻ വീട്ടിൽ വന്ന് വാങ്ങിക്കാം. തൽക്കാലം വളകൾ വേണ്ട.'

ഒരുവിധത്തിൽ പറഞ്ഞ് സമാധാനിപ്പിച്ചു.

'ആവശ്യം വന്നാൽ മടിക്കരുത്. നീ വാങ്ങണം. ഞാൻ വന്നത് ഇത് തരാൻ വേണ്ടിയാണ്. പേടിക്കണ്ട. എല്ലാം ശരിയാകും.'

'ഞാൻ പോകട്ടെ. ചേട്ടന് അടുത്തുതന്നെയാണ് പണി. ഉച്ചയ്ക്ക് ഊണുകഴിക്കാൻ വരും. കുട്ടികൾ തനിച്ചാണ്.'

എല്ലാവരുടെയും വ്യസനങ്ങൾക്ക് പരിസമാപ്തിയായി.

എല്ലാം നല്ല രീതിയിൽതന്നെ അവസാനിച്ചു.

ആശുപത്രിയിൽനിന്നും ഡിസ്ചാർജ് ചെയ്ത് ഇറങ്ങുമ്പോൾ ആദ്യം ഓർത്തത് ചേച്ചിയെയായിരുന്നു.

ഉടനെ വിളിച്ച് കാര്യങ്ങൾ പറഞ്ഞു. അവർ അപ്പോഴും...

'തുടർചികിത്സക്ക് പണം വേണ്ടിവരും. മടിക്കേണ്ട. വാങ്ങണം. എനിക്കെന്തിനാ വള.' എന്നുപറഞ്ഞു.

അവർക്ക് ആശ്വാസമാകട്ടെയെന്ന് കരുതി. തീർച്ചയായും വാങ്ങാമെന്ന് പറഞ്ഞു.

എത്രയോ സുഹൃത്തുക്കൾ ആവശ്യത്തിലേറെ പണം തരാമെന്ന് പറഞ്ഞിരുന്നെങ്കിലും ചേച്ചിയുടെ സ്വർണ്ണവളകൾ മായാത്ത ഓർമ്മയായി തിളങ്ങുന്നു.

കുബേര ഭിക്ഷാടകർ

കാറിന്റെ ഡിക്കി തുറന്ന് ടോർച്ച് ലൈറ്റിന്റെ സഹായത്താൽ ഭക്ഷണം നിറച്ച പാത്രങ്ങൾ എടുത്തുവയ്ക്കുമ്പോൾ വളരെ സന്തോഷം തോന്നി.

കൂടെയുള്ള സുഹൃത്തിനോട് പറഞ്ഞു.

'ക്ലബ് വാർഷികത്തിനാണെന്ന് പറഞ്ഞതുകൊണ്ട് കാറ്ററിങ്ങ്കാർ പ്രത്യേകം ശ്രദ്ധിച്ചിട്ടുണ്ടെന്ന് തോന്നുന്നു. നല്ല രുചിയും ഗുണവും പതിവിലും കൂടുതലായിരുന്നു.'

'ശരിയാണ്. ഇന്ന് അയാൾക്ക് നല്ല മൂഡായിരുന്നുവെന്ന് തോന്നുന്നു. എല്ലാം നന്നായിരുന്നു.'

സുഹൃത്തും എന്റെ അഭിപ്രായത്തോട് യോജിച്ചു.

'ആളുകൾ വളരെ കുറഞ്ഞുപോയി. വർഷത്തിലൊരിക്കലുള്ള വാർഷികത്തിനുപോലും പങ്കെടുക്കാൻ സമയമില്ലാതായിരിക്കുന്നു.'

അതെ ജീവിതം തിരക്കിലേക്ക് നീങ്ങുന്നു.

ഡിക്കിയുടെ ഡോർ അടച്ചു. സുഹൃത്ത് കാർ മെല്ലെ മുന്നോട്ടെടുത്തപ്പോൾ നമുക്ക് ടൗണിൽ ഒന്ന് ചുറ്റിക്കറങ്ങാമെന്ന് പറഞ്ഞു.

ഭിക്ഷാടകർ എവിടെയെങ്കിലും തമ്പടിച്ചിരിപ്പുണ്ടാകും. പാവങ്ങൾ രുചികരമായ ഭക്ഷണം കഴിക്കട്ടെ.

പ്രത്യേകിച്ച് നോർത്ത് ഇന്ത്യൻ ഫുഡ് ആണ്.

നഗരത്തിൽ പലയിടങ്ങളിൽ ചുറ്റിക്കറങ്ങിയെങ്കിലും എവിടെയും ആരെയും കണ്ടില്ല.

ഞങ്ങൾ നിരാശരായി.

ഇനിയെന്തു ചെയ്യുമെന്ന ചിന്തയായി. സമയം വൈകുന്നു.

'അടുത്ത സ്റ്റോപ്പിൽകൂടി നോക്കാം.'

കാർ മുന്നോട്ടു കുതിച്ചു.

പ്രതീക്ഷിച്ചതുപോലെതന്നെ അവിടെ കുറെപേർ ഇരിപ്പുണ്ട്.

നല്ല ഇരുട്ടാണ്.

കാർ നിർത്തി, ഞാൻ അവരുടെ അടുത്തേക്ക് പോയി ടോർച്ചടിച്ചു. മദ്യക്കുപ്പികളും ബരിയാണിപൊതികളും തുറന്നുവെച്ചിരിക്കുന്നു. എല്ലാവരും നല്ല ആഘോഷത്തിലാണ്.

ഞാൻ തിരിച്ച് കാറിനുള്ളിൽ വന്നിരുന്നു.

സുഹൃത്തിനോട് കാര്യങ്ങൾ പറഞ്ഞു.

ഇത് കേട്ടതും സുഹൃത്ത് 'ഇവർക്ക് എന്തിനാണ് ഭക്ഷണം. തിന്ന് കൊഴുത്തിരിക്കുന്നവർക്ക് ഇനിയും കൊടുക്കണോ. നമുക്ക് പോകാം.'

ഇപ്പോൾ നമ്മളാണ് പാവങ്ങൾ. നമുക്ക് വല്ലപ്പോഴുമേ ഇത്തരം ഭക്ഷണം കിട്ടുന്നുള്ളു. ഇവർക്കൊക്കെ പരമസുഖമാണ്. ആളുകൾ നന്നായി പണം കൊടുക്കുന്നുണ്ട്. അതാ നമ്മളിപ്പോ കണ്ടത്.

ദേഷ്യത്തോടെ പറഞ്ഞുകൊണ്ട് സുഹൃത്ത് കാർ വേഗത്തിൽ ഓടിച്ചുപോയി.

'കാറിലെ ഭക്ഷണം എന്തു ചെയ്യും?'

ഞാൻ ചോദിച്ചു.

അതിനെക്കുറിച്ച് ആലോചിച്ച് വിഷമിക്കണ്ട. എന്റെ അയൽക്കാർക്ക് കൊടുക്കാം.

അങ്ങനെ ഭിക്ഷാടകർക്ക് ഭക്ഷണം കൊടുക്കാമെന്ന ചിന്തകൾക്ക് പരിസമാപ്തിയായി.

ഹബീബും കേശവേട്ടനും

വാടകവീടിന്റെ മുറ്റത്തെ ചെടികൾ നനച്ചുകൊണ്ട് കേശവേട്ടൻ പഴയകാര്യങ്ങളോരോന്നും ആലോചിക്കുകയായിരുന്നു. അഞ്ചുസെന്റ് സ്ഥലത്തിലെ നല്ല വീടായിരുന്നു. വർഷങ്ങളായി സ്വപ്നം കണ്ടിരുന്ന ഒരു ചെറിയ വീട്. അതിനേക്കാൾ ഉപരി വീട് പണികഴിഞ്ഞപ്പോൾ കടങ്ങൾ ഒന്നുമില്ലായിരുന്നു. അതിൽ താൻ അഭിമാനിച്ചിരുന്നു. സുഹൃത്തുക്കളെല്ലാം വീടുപണിയുടെ കടബാദ്ധ്യതകളെ കുറിച്ച് പറയുമ്പോഴും തനിക്ക് ആ പ്രശ്നമില്ല. കുറച്ച് വർഷങ്ങളെടുത്താണ് താൻ പണിപൂർത്തിയാക്കിയത്. അതൊരു കണക്കിനു നന്നായി. പക്ഷേ ഭാര്യയുടെ അസുഖം എല്ലാ സ്വസ്ഥതയും കെടുത്തി. നല്ല ഒരു തുക തന്നെ ചികിൽസക്ക് ചിലവായി. അതിനിടയിൽ തന്നെയായിരുന്നു. മകളുടെ കല്യാണവും. അതും തരക്കേടില്ലാതെ നടത്തി. ഒരു ലോണും ഇല്ലാതെ ജീവിതം മുന്നോട്ടുകൊണ്ടുപോയിരുന്ന താൻ അതോടെ നല്ല കടക്കാരനായി മാറി. കടബാദ്ധ്യതകൾ ഒരു ഭാരമായി തോന്നിയപ്പോഴാണ് വീടുവിൽക്കാൻ തീരുമാനിച്ചത്. അന്ന് വളരെ വിഷമിച്ചാണ് ആ തീരുമാനമെടുത്തത്. പലരും വന്ന് കണ്ട് പോയെങ്കിലും ഒന്നും നടന്നില്ല. ഇതിനിടയിൽ ബ്രോക്കർമാർ ഇടപെട്ട് പലതും മുടങ്ങിപ്പോയി. അങ്ങനെ ഒടുവിലാണ് ഹബീബ് നേരിട്ട് വന്ന് കണ്ട് കാര്യങ്ങൾ സംസാരിച്ചത്. അത് അവസാന പിടിവള്ളിയായിരുന്നു. ലോൺ അടവുകൾ മുടങ്ങി തുടങ്ങിയ നാളുകൾ. ഹബീബും ചെറിയ ഒരുവീടും കുറച്ച് സ്ഥലവും വാങ്ങണം എന്ന സ്വപ്നവുമായി നടക്കുന്ന കാലം. ജോലി ഗൾഫിലാണ്. കിട്ടുന്ന പണം പലവഴിക്ക് ചെലവായി പോകുന്നു. എന്നാൽ പിന്നെ ഒരു നല്ല ഇൻവെസ്റ്റ്മെന്റ്

ആകട്ടെയെന്നു കരുതിയാണ് അയാൾ തന്നെ സമീപിച്ചത്. വീടും പരിസരവും ഇഷ്ടപ്പെട്ടു. കേശവേട്ടൻ കാര്യങ്ങളെല്ലാം തുറന്നു പറഞ്ഞു. ഹബീബ് മനസ്സിൽ ഉദ്ദേശിച്ചതിനേക്കാൾ കൂടുതൽ വില നൽകി വാങ്ങി. ഇത് കേശവേട്ടന്റെ ജീവിതത്തിൽ വലിയ ഒരു താങ്ങായിരുന്നു. പലപ്പോഴും ജീവിതത്തിൽ ഒരു മകൻ ഇല്ലാതെപോയതിന്റെ വിഷമം തോന്നിയിരുന്നു. ഹബീബ് ചെയ്തത് ഒരു മകന്റെ പ്രവൃത്തി തന്നെയായിരുന്നു. വീട് വിറ്റ് കിട്ടിയ തുകകൊണ്ട് ലോൺ മുഴുവൻ അടച്ചു. മിച്ചം വന്ന പണം കൊണ്ട് നാലുസെന്റ് ഭൂമി കൂടി വാങ്ങിച്ചു. ഇപ്പോൾ താമസം അതിനടുത്തുള്ള ഒരു വീട്ടിലാണ്. ഭൂമി വാങ്ങുമ്പോൾ ഭാവി യിൽ അവിടെ ഒരു ചെറിയവീട് പണിയാം എന്നായിരുന്നു ചിന്ത. വർഷങ്ങൾ കടന്നുപോകുന്തോറും താൽപര്യം കുറയുന്നു. മകളും ഭർത്താവും കുട്ടികളും തമിഴ്നാട്ടിലാണ്. അവരോട് പറ ഞ്ഞുനോക്കിയെങ്കിലും അവർക്ക് താൽപര്യമില്ല. അവരെ പറ ഞ്ഞിട്ട് കാര്യമില്ല. അവർക്ക് കഴിഞ്ഞുകൂടാനുള്ളത് കിട്ടുമെന്ന ല്ലാതെ വലിയ നീക്കിയിരിപ്പില്ല. എന്തായാലും വീട് വിറ്റ് പോയെ ങ്കിലും തനിക്ക് മകനെപോലെയുള്ള ഒരു സുഹൃത്തിനെ കിട്ടി. അന്നു തുടങ്ങിയ ബന്ധം ഇപ്പോഴും തുടരുന്നു. കഴിഞ്ഞ ആഴ്ചയും ഹബീബ് വിളിച്ചിരുന്നു. ഇപ്പോൾ എന്നേക്കാൾ അടുപ്പം ഭാര്യയോടാണ്. അവൾക്കും അവനെ വലിയ കാര്യമാ ണ്. നനച്ചത് ഇത്രയും മതി. ഓരോന്നും ആലോചിച്ച് സമയം പോയതറിഞ്ഞില്ല. പൈപ്പ് ഓഫാക്കി കേശവേട്ടൻ അകത്ത് കസേരയിൽ വന്നിരുന്നു. മൊബൈൽ റിങ്ങ്ടോൺ കേട്ട് അത് എടുത്തുനോക്കി. 'ഹബീബ് ആണല്ലോ.'

കേശവേട്ടന്റെ മുഖത്ത് സന്തോഷം തെളിഞ്ഞു.

'എന്താ മോനെ വിശേഷം ഞാൻ പഴയ കാര്യങ്ങൾ എല്ലാം ഇപ്പോൾ ആലോചിച്ച് കഴിഞ്ഞതേയുള്ളൂ. അപ്പോഴേയ്ക്കും ഹബീബിന്റെ ഫോൺവന്നു."

'ഒന്നുല്യ കേശവേട്ടാ രണ്ട് ദിവസത്തെ ലീവിന് നാട്ടിൽ വന്നി ട്ടുണ്ട്. ഇന്നലെ രാത്രിയെത്തി. നാളെ ഒരു ബന്ധുവിന്റെ കല്യാ ണമുണ്ട്. അതിൽ പങ്കെടുത്ത് ഉടൻ പോകും. ഇന്ന് ഉച്ചക്ക്

ഞാനും ഒരു കൂട്ടുകാരനും കൂടി അവിടെ വരുന്നുണ്ട്. കേശവേട്ടനോട് ഒരു കാര്യം പറയാനുണ്ട്.'

'എന്താ ഹബീബേ പറഞ്ഞോളൂ.'

'അത് അവിടെ വന്നിട്ട് പറയാം. ഒരു സർപ്രൈസ് ആണ്.'

'ശരി. ഉച്ചയൂണിന് എത്തില്ലേ.'

'തീർച്ചയായും. ചേച്ചിയോട് പറയൂ.'

ഫോൺ കട്ട് ചെയ്തു.

കേശവേട്ടൻ ഭാര്യയെ വിളിച്ച് കാര്യങ്ങൾ പറഞ്ഞു വേഗം ഊണ് തയ്യാറാക്കണം.

ഉച്ചയോടെ ഹബീബും കൂട്ടുകാരനും എത്തി.

കേശവേട്ടനും ഭാര്യയും അവരെ സന്തോഷത്തോടെ സ്വീകരിച്ചു.

'കേശവേട്ടാ ഞങ്ങൾ വേഗം പോകും. അറിയാലോ കല്യാണത്തിന് പോകണം.'

'അറിയാം ഹബീബേ ഈ തിരക്കിനിടയിലും നീ വന്നല്ലോ. അത് തന്നെ ധാരാളം' പിന്നെ നേരിൽ കണ്ട് എന്തോ പറയാനുണ്ടെന്ന് പറഞ്ഞല്ലോ'

അത് മറ്റൊന്നുമല്ല കേശവേട്ടാ ഒരിക്കൽ കൂടി നിങ്ങളെ സഹായിക്കണമെന്ന് തോന്നി. ഞങ്ങൾ കുറച്ച് പേർ ചേർന്ന് ആർക്കെങ്കിലും ഒരു വീട് പണിതു നൽകണമെന്ന ഉദ്ദേശത്തോടെ നല്ലൊരു തുക സമാഹരിച്ചിരുന്നു. അതിനു പറ്റിയ ഒരാളെ അന്വേഷിച്ചു നടക്കുമ്പോഴാണ് കേശവേട്ടനെ ഓർത്തത്. ഞാൻ സുഹൃത്തുക്കളുമായി സംസാരിച്ചു. കേശവേട്ടന് സമ്മതമാണെങ്കിൽ ആ തുക തരാമെന്ന് വിചാരിക്കുന്നു.

ഇത് കേട്ടതും കേശവേട്ടൻ 'നിങ്ങളുടെ തീരുമാനം നല്ലതാണ് കുട്ടികളെ. നല്ല മനസ്സുള്ളവർക്കേ ഇത്തരം ചിന്തകൾ ഉണ്ടാവുള്ളൂ. നിങ്ങൾക്ക് നല്ലത് വരട്ടെ. ഹബീബേ ഇനി ഒരു വീട് പണിയാൻ വയ്യ. വർഷങ്ങൾകൊണ്ട് വളരെ താൽപര്യത്തോടെ പണിത വീട് നഷ്ടപ്പെട്ടു. ഇനി ഇങ്ങനെയൊക്കെ മതി.'

'കേശവേട്ടൻ കുറച്ച് സ്ഥലം വാങ്ങിയിട്ടുണ്ടല്ലോ. അവിടെ പണിയാം ഞങ്ങളൊക്കെ കൂടെയില്ലേ.'

'സ്ഥലം വാങ്ങുമ്പോൾ ഒരു ഉൽസാഹമുണ്ടായിരുന്നു. ഇപ്പോൾ ഒരു താൽപര്യവുമില്ല. വേണ്ട മോനെ ഇനി ഒന്നിനും ഇല്ല. വയസായില്ല്യേ.'

ഹബീബിന് നിരാശയായി. വളരെ പ്രതീക്ഷയോടെയാണ് ഇവിടെ വന്നത്.

ഇവരുടെ സംസാരം കേട്ടുകൊണ്ടിരുന്ന സുഹൃത്ത് ചോദിച്ചു.

'എന്റെ ഒരു അഭിപ്രായത്തിൽ ഹബീബിനു ഈ തുക എടുത്തിട്ട് കേശവേട്ടന് ആ വീട് കൊടുത്തുകൂടെ.'

ഹബീബ് അതിനോട് യോജിച്ചു. പക്ഷെ കൂട്ടുകാരോടൊക്കെ ചോദിക്കാതെ നമ്മൾ മാത്രം തീരുമാനിച്ചാൽ എങ്ങനെ ശരിയാകും.'

അവർക്കാർക്കും എതിർപ്പുണ്ടാവില്ല. അത് ഞാൻ ശരിയാക്കിക്കൊള്ളാം. സുഹൃത്ത് ഉറപ്പ് കൊടുത്തു.

കേശവേട്ടന്റെ മുഖത്ത് ഏറെനാളായി നഷ്ടപ്പെട്ട സന്തോഷം തെളിഞ്ഞ് കാണാമായിരുന്നു. അയാൾ ഓടി വന്ന് ഹബീബിനെ കെട്ടിപ്പിടിച്ചു.

'ഹബീബ് നീ ഇപ്പോൾ എന്റെ മകന്റെ സ്ഥാനത്താണ് നിൽക്കുന്നത്. ഇതുവരേയും മകനെപോലെയായിരുന്നു. അതുകൊണ്ടുതന്നെ മകൻ ഇല്ലാതെ പോയതിന്റെ വിഷമത്തിലായിരുന്നു. അത് ഇപ്പോൾ പൂർണ്ണമായും മാറി.

'കേശവേട്ടാ എനിക്കും ജോലി കിട്ടിയാൽ എന്റെ ബാപ്പയെ സഹായിക്കണമെന്നായിരുന്നു ആഗ്രഹം. അതിനുള്ള ഭാഗ്യം ഇല്ലാതെപോയി. കോളേജിൽ പഠിക്കുമ്പോൾ തന്നെ ബാപ്പ മരിച്ചു. ഇപ്പോൾ ആ വിഷമങ്ങളെല്ലാം മാറി പോയിരിക്കുന്നു. ഇനി എന്ത് സഹായമാണ് ചെയ്യേണ്ടത്.'

'ഹബീബേ എന്റെ ഒരേയൊരു ദുഃഖം വീട് നഷ്ടപ്പെട്ടതായിരുന്നു. അതിപ്പോൾ തിരിച്ചുകിട്ടി. ഇനി ഒന്നും വേണ്ട മാത്രമല്ല ഞാൻ ഒരു കാര്യം കൂടി തീരുമാനിച്ചു. ആ നാലുസെന്റ് ഭൂമി ഹബീബിനുള്ളതാണ്.'

'കേശവേട്ടാ അതൊന്നും വേണ്ടാ.'

'ഹബീബേ ഞാൻ തീരുമാനിച്ചുകഴിഞ്ഞു. ഒന്നും പറയേണ്ട.'

'എനിക്കിനി ഒന്നും വേണ്ട. നഷ്ടപ്പെട്ടു എന്ന് കരുതിയത് തിരിച്ചുകിട്ടി. ഇനി വേണ്ടത് മനുഷ്യജന്മത്തിന്റെ ആത്യന്തിക ലക്ഷ്യമായ ഈശ്വരസാക്ഷാത്കാരം നേടി യുഗങ്ങളായി തുടരുന്ന എന്റെ ജീവിതയാത്ര പൂർത്തീകരിക്കണം. അതുമാത്രമേ ഇനിവേണ്ടൂ.'

'മതി സംസാരിച്ചത്. കുട്ടികൾക്ക് ഭക്ഷണം കൊടുക്കാം.' ചേച്ചി ഇടപെട്ടു.

ഭക്ഷണം കഴിച്ച് കഴിഞ്ഞപ്പോൾ ഹബീബിന് അവിടെ നിന്ന് ഇറങ്ങാൻ തോന്നുന്നില്ല. സ്നേഹവും സന്തോഷവും ഒന്നിച്ചു ജീവിതത്തിൽ വന്നുചേരുമ്പോൾ മനുഷ്യബന്ധങ്ങളുടെ ആഴവും പരപ്പും സമുദ്രത്തേക്കാൾ വലിപ്പമുള്ളതായിത്തീരുന്നു. പിന്നെങ്ങനെയാണ് ആ അന്തരീക്ഷത്തിൽ നിന്നും പോകാനാവുക.

സുഹൃത്തിന്റെ നിർബന്ധത്തിനു വഴങ്ങി മെല്ലെ അയാൾ മുറ്റത്തേക്കിറങ്ങി. അപ്പോഴേക്കും വീട്ടിൽ നിന്നും വിളിയെത്തി.

'എപ്പോഴാണ് കല്യാണത്തിനു പോകുന്നത്. ഒരു സ്ഥലത്ത് പോയാൽ നിങ്ങള് നേരത്തിനുവരില്ല.' സ്ക്രിപ്റ്റ് ഇല്ലാതെ തന്നെ ഡയലോഗുകൾ ഒഴുകുന്നു.

കൂട്ടുകാരൻ വണ്ടി സ്റ്റാർട്ടാക്കി. അവർ യാത്ര തുടങ്ങി. കേശവേട്ടനും ചേച്ചിയും നിറമിഴികളോടെ അവരെ നോക്കിനിന്നു.

●

www.ingramcontent.com/pod-product-compliance
Lightning Source LLC
LaVergne TN
LVHW102040051026
849518LV00014B/2661